PGS.TS Trần Thị Thu Lương GS.TS. Ahn Kyong Hwan
Dịch giả: Cao Thúy Oanh

쩐티투르엉·안경환 지음   까오투이와인 번역

행복한 한-베 다문화가정을 위한 길잡이

CẨM NANG DÀNH CHO GIA ĐÌNH ĐA VĂN HÓA HÀN - VIỆT

This research was supported by the Academy of Korean studies Grant
(AKS-2016-R40)

행복한 한-베
다문화가정을 위한 길잡이

CẨM NANG DÀNH CHO
GIA ĐÌNH ĐA VĂN HÓA HÀN-VIỆT

초판 1쇄 인쇄 / 2020년 1월 2일
초판 1쇄 발행 / 2020년 1월 6일

지은이 / 쩐티투르엉, 안경환
번 역 / 까오투이와인

펴낸곳 / 다 해
등록번호 / 제 1-2072
주 소 / 서울시 중구 충무로29(아시아미디어타워) 703호
전 화 / (02)2266-9247 팩 스 / (02)2266-9248

값 15,000원

ISBN 979-11-5556-149-2 03330

행복한 한-베
다문화가정을 위한 길잡이

CẨM NANG DÀNH CHO
GIA ĐÌNH ĐA VĂN HÓA HÀN-VIỆT

머 리 말

　한국과 베트남의 전통 문화에 있어서 가족은 문화를 형성시키는 기본적인 조직이다. 그러므로 결혼은 양 국가 모두에서 사회 기본 조직을 구성하는데 있어서 가장 핵심적인 요소이다. 결혼은 사람의 일생에서 가장 소중한 일이기에 정해진 사회적인 기준에 따라야 하며, 부모의 의견과 동의가 있고 친척, 친구, 이웃사람들의 의견을 받아 신중하게 준비해야 한다. 그러한 혼인 준비 과정은 양 국가의 전통 문화가 되었다.
　그러나, 한국과 베트남 간의 외교 관계 수립후 25년이 지나면서, 경제·사회·문화 협력에 따른 교류가 활발해지면서 한국 신랑과 베트남 신부 사이의 새로운 다문화 혼인의 형태가 나타나고 있다. 이런 혼인 형태는 주로 쌍방의 공급과 수요의 법칙으로 인해 발생된 것이다. 그래서 다문화가정은 그 형성 과정이 먼저 공급과 수요 법칙을 따라 가정이 이루어졌다고 볼 수 있다. 가정은 부부가 서로를 이해해 나가면서 결혼생활에 적응하고 부부간의 사랑과 양 가족 친척들과의 관계를 넓혀나가는 것이다. 이러한 과정은 혼인 구성원들이 자기의 수요를 신속히 해결해나가는 데는 도움이 되지만, 그들의 가정 속에 어떤 한계점과 심각한 사회적인 문제를 불러일으키고 있는 것도 부인할 수 없는 사실이다. 또한, 사회적 세포이기도 한 다문화가정은 사회의 혈통적인 구성원이기에 쉽게 떨쳐버릴 수도 없고 부인할 수도 없는 것이다. 이런 다문화가정의 존재에 대한 사회적인 문제들은 앞으로도 계속 이어져 나가게 될 것이다.
　한-베 다문화가정의 수는 계속 증가할 것으로 예상되고, 이는 양 국가에 살고 있는 혼인 대상자들의 인간적인 수요가 계속 존재할 것이기 때문이다.

LỜI NÓI ĐẦU

Trong cấu trúc văn hóa truyền thống của Việt Nam và Hàn Quốc, gia đình là một tế bào nền tảng cho sự cố kết nuôi dưỡng văn hóa. Do đó hôn nhân - vấn đề cốt yếu nhất cho việc thiết lập tế bào gia đình luôn được coi trọng ở hai quốc gia. Hôn nhân luôn được xem là việc hệ trọng của đời người nên buộc phải tuân thủ các chuẩn mực và thường được chuẩn bị rất kỹ về sự tham dự, tư vấn, trăn trở của các bậc sinh thành, sự tán đồng của dòng họ, của cộng đồng bạn bè, xóm giềng. Sự thiết lập các gia đình từ sự chuẩn bị hôn nhân như vậy đã trở thành truyền thống văn hóa trong 2 quốc gia.

Tuy nhiên, trong hơn hai thập niên hợp tác, giao lưu kinh tế, xã hội và văn hóa giữa Hàn Quốc và Việt Nam vừa qua lại nảy sinh và phát triển thêm loại hôn nhân đa văn hóa với sự kết hợp thường là của các cô dâu Việt với các chú rể Hàn. Loại hôn nhân này được thiết lập chủ yếu từ quan hệ cung – cầu của mỗi bên nên gia đình đa văn hóa của họ được xây dựng theo quy trình đảo ngược: hôn nhân trước hết là phương tiện để họ thực hiện cung - cầu, sau đó khi thiết lập xong gia đình mới đến việc tìm hiểu, thích ứng, nuôi dưỡng tình cảm vợ chồng và tình cảm với các thành viên ruột thịt khác của gia đình mỗi bên. Sự đảo ngược quy trình như vậy tuy giúp cho các đối tượng thiết lập hôn nhân nhanh chóng đạt được nhu cầu của mình nhưng lại khiến cho các gia đình mà họ thiết lập mang những điểm yếu tự thân với những hệ lụy xã hội sâu sắc. Mặt khác, với tư cách là tế bào xã hội, các gia đình đa văn hóa này một khi đã thiết lập sẽ trở thành một bộ phận máu thịt trong xã hội, không

이는 양 국가 사회의 내재적 발전으로 인해 발생한 결과이며, 그 동안 한국과 베트남 간의 경제, 문화, 사회 교류의 결과이기도 하다. 그러므로 한-베 다문화가정의 한계점을 극복해 나가고 견고하게 정착할 수 있도록 지원하는 것은 다문화가정 구성원들의 행복을 위할 뿐만 아니라 한국과 베트남 사회의 안정을 위한 두 나라 정부의 책임이기도 하다.

실제로 한-베 다문화가정은 한국과 베트남 정부, 단체 및 개인들로부터 물심양면으로 많은 관심과 지원을 받고 있다. 그럼에도 이런 다문화가정의 행복과 견고한 발전은 그 가정을 이룬 당사자들이 직접 결정하고 담당해야 할 것이다.

한-베 다문화가정의 구성원들은 자기가 선택한 가정의 형태로 인한 장점과 단점, 어려움과 애로사항을 잘 인식하여야 하며 이러한 어려움을 잘 극복하여 자기 자신은 물론 가족과 자식을 위해 행복한 삶을 이루며 성공과 화합, 발전을 이룰 수 있도록 결심하고, 인내심과 용기를 가져야 한다. 그래서 다문화가정을 위한 지원 프로그램 외에는 다문화 가족들이 자기의 문제를 스스로 의식하여 자기 스스로의 힘으로 해결해 나아갈 수 있도록 지식을 갖추고 식견을 넓히는 자세를 갖는 것이 필요하고 중요한 일이다.

thể rũ bỏ hay chối từ. Sự tồn tại của nó là ở hiện tại nhưng hệ lụy còn tác động đến cả tương lai.

Mặc dù vậy, cần phải thấy rằng nhu cầu thiết lập gia đình đa văn hóa Hàn-Việt là một nhu cầu có thật, mang tính nhân văn của các đối tượng kết hôn sống ở hai quốc gia. Đó đồng thời vừa là hệ quả của sự phát triển nội tại của xã hội mỗi bên vừa là kết quả của sự giao lưu kinh tế văn hóa xã hội giữa Hàn Quốc và Việt Nam thời gian qua. Chính vì vậy việc, cần thiết phải hỗ trợ khắc phục điểm yếu, tăng tính bền vững cho gia đình đa văn hóa Hàn-Việt không chỉ là vì hạnh phúc của các thành viên trong các gia đình này mà còn là trách nhiệm xã hội đối với việc quản lý nhà nước của Hàn Quốc và Việt Nam.

Thực tế các gia đình đa văn hóa Hàn - Việt đã và đang nhận được nhiều sự quan tâm hỗ trợ về vật chất và tinh thần của nhiều cấp chính quyền, nhiều tổ chức và cá nhân ở Hàn Quốc và Việt Nam. Nhưng rõ ràng là, hạnh phúc và sự phát triển bền vững của các gia đình đa văn hóa này chỉ có thể do chính các thành viên tạo lập ra quyết định.

Các thành viên trong gia đình đa văn hóa Hàn - Việt cần ý thức được các khó khăn, các thách thức từ các điểm yếu tự thân của loại gia đình mà họ đã lựa chọn để từ đó có một quyết tâm, một sự nhẫn nại và lòng dũng cảm vượt khó tạo lập hạnh phúc cho bản thân, cho gia đình, cho con cái và đưa được gia đình đa văn hóa của họ hội nhập và phát triển thành công. Vì vậy, ngoài việc hỗ trợ, giúp đỡ các khó khăn trong cuộc sống cho các gia đình đa văn hóa thì việc trang bị tài liệu mang đến kiến thức và những hiểu biết để các thành viên trong gia đình đa văn hóa tự ý thức được về các vấn đề của mình và tiến lên được trên đôi chân của mình là một sự hỗ trợ rất quan trọng và cần thiết. Loại tài liệu mà họ dễ dàng tiếp cận trước hết là những cuốn sách được biên soạn ngắn gọn, dễ hiểu cung cấp những kiến thức và thông tin cơ bản, những hướng dẫn ứng xử phù hợp trong các tình huống giao tiếp thường gặp, những lời khuyên hữu ích giúp cho các đình đa văn hóa tăng hòa hợp, giảm va chạm và hội nhập tốt hơn.

그들이 쉽게 접할 수 있는 자료는 문화적인 갈등을 감소시키고 의사소통을 향상시키는 기본적 지식, 정보를 제공해주고 합당한 의사소통을 위한 길잡이나 유익한 조언을 제공해 주는 이해하기 쉽고 간편하게 편집된 안내책자들이다.

한-베 다문화가정의 형성 및 발전 단계별로 길잡이의 필요성을 보면 본 길잡이는 3부로 나누어진다.

1부: 한-베 다문화가정 구성 단계에 대한 길잡이
2부: 베트남 신부의 한국 사회 조기통합 단계에 대한 길잡이
3부: 베트남 신부의 한국 사회 심층적 통합 단계에 대한 길잡이

각 내용별로 설문조사 결과에 근거하여 필자들이 갈등이 발생하는 빈도가 높은 상황 또는 유익한 지식을 선택하여 다문화가정의 구성원들이 올바른 의식을 가지며 구체적이며 합당한 의사소통 (하면 좋은 것과 하면 안 되는 것)을 할 수 있도록 안내해 준다. 또한 각 내용별로 한-베 다문화가정을 위한 법적 수속 절차나 도움이 되는 정보와 관련된 한국과 베트남에 있는 꼭 알아야 하는 기관 주소도 포함하고 있다.

또한 본 길잡이는 한국인과 베트남인 간의 습관과 문화 차이로 인한 오해를 쉽게 살 수 있는 몸짓과 비언어에 대한 사진도 포함하고 있다.

길잡이 속에 명시된 언어는 한국과 베트남에 널리 알리고 보급될 수 있도록 한국어와 베트남어로 동시에 작성되었다. 이러한 내용과 번역된 언어를 통해 본 길잡이는 행복을 추구하며 가정을 이루어 사회의 무궁한 발전에 기여할 다문화가정을 위한 유익하며 실질적인 참고 자료가 되기를 바란다. 또한 한-베 결혼 및 이민 과정을 예비하기 위한 교육과정 또는 한국과 베트남에 있는 한-베 다문화가정에게 상담을 하거나 지원해 주는 단체나 개인에게 활용할 수 있는 필요하고 도움이 되는 자료가 되기를 바란다.

Dựa theo những yêu cầu tư vấn khác nhau của các giai đoạn hình thành và phát triển của gia đình đa văn hóa Hàn – Việt mà cẩm nang ứng xử sẽ bao gồm 3 phần nội dung:

1. Phần A: cẩm nang cho giai đoạn thiết lập hôn nhân Hàn – Việt
2. Phần B: cẩm nang cho giai đoạn hội nhập ban đầu.
3. Phần C: cẩm nang cho giai đoạn hội nhập sâu hơn.

Trong mỗi phần nội dung đó, dựa trên kết quả nghiên cứu và điều tra xã hội học, các tác giả lựa chọn những tình huống có tần suất va chạm cao, hoặc các kiến thức hữu dụng để tư vấn cho các đối tượng trong gia đình đa văn hóa định hướng đúng trong nhận thức và ứng xử phù hợp với những chỉ dẫn cụ thể (nên làm và không nên làm). Mỗi phần cũng sẽ còn có thêm các thông tin hữu dụng về các địa chỉ các cơ quan cần biết tại Hàn Quốc và Việt Nam liên quan đến các thủ tục pháp lý hay các hỗ trợ cho gia đình đa văn hóa Hàn - Việt.

Về hình thức ngôn ngữ, để thuận tiện sử dụng cho các đối tượng được tư vấn và phổ biến được rộng rãi ở Hàn Quốc và Việt Nam các nội dung của cẩm nang được biên soạn song ngữ Hàn – Việt.

Với nội dung và hình thức ngôn ngữ như vậy, hy vọng cuốn cẩm nang này sẽ trở thành một tài liệu tham khảo thiết thực và hữu ích cho các thành viên trong gia đình đa văn hóa trong tiến trình tìm kiếm hạnh phúc và dựng xây tổ ấm của mình, góp phần vào sự phát triển bền vững của xã hội. Đồng thời cẩm nang cũng sẽ là tài liệu tham khảo cần thiết và bổ ích cho các chương trình giáo dục định hướng kết hôn di trú Hàn – Việt hoặc cho các tổ chức và cá nhân tham gia tư vấn hay hỗ trợ cho gia đình đa văn hóa Hàn – Việt ở Hàn Quốc và Việt Nam.

'한-베 의사소통을 위한 길잡이 편집, 출판 및 보급' 계획안은 한국학중앙연구원(The Academy of Korean Studies (AKS))의 시행 결과와 지원을 받았으며, 한-베 다문화가정을 위한 길잡이를 공동으로 편집하는 본 사업에는 국립호찌민인문 사회과학대학교 쩐티투르엉(Tran Thi Thu Luong) 교수와 조선대학교 안경환 교수가 참여하였다. 쩐티투르엉(Tran Thi Thu Luong) 교수는 길잡이의 구성과 1부의 작성을 담당하며 안경환 교수는 2부를 담당하였다.

길잡이 책자는 대한민국 광주광역시와 부산광역시에 있는 베트남인협회와 외국인 신부지원센터, 껀터시 부인회 및 사법 당국의 지원을 받아 한국에 있는 한-베 다문화가정과 베트남에 있는 베트남 신부를 대상으로 한 설문조사의 결과로 인해 작성되었다. 또한 본 길잡이는 한국의 국립서울대학교 은기수 교수, 건국대학교 문흥안 교수, 영산대학교 부남철 교수 및 베트남의 베트남 한국연구협회 마이응옥쯔 교수와 국립호찌민인문사회과학대학교 응오반레 교수 등이 보내주신 소중한 의견도 반영하였다.

본 길잡이를 편집하기 위하여 설문조사를 하는 데에 협조해 주시고 귀한 의견을 기여해 주신 단체 및 연구자들에게 심심한 감사의 말씀을 드린다. 본 계획 안을 위한 지원해 주신 한국학중앙연구원에 진심으로 감사하며, 또한 본 계획안을 시행할 수 있도록 조직 및 행정관리에 대한 지원을 해 주신 국립호찌민인문사회과학대학교 지도부 및 본 계획안의 연구자분들께 진심으로 감사드린다.

Cẩm nang được biên soạn trong khuôn khổ dự án *"Biên soạn, xuất bản và phổ biến Cẩm nang ứng xử Hàn – Việt"* do Viện Hàn lâm Nghiên cứu Hàn Quốc học Trung ương (The Academy of Korean Studies (AKS)) phê duyệt, tài trợ thực hiện.. Cuốn cẩm nang dành cho gia đình đa văn hóa Hàn – Việt này do PGS.TS. Trần Thị Thu Lương (Đại học Khoa học Xã hội và Nhân văn – Đại học Quốc gia Thành phố Hồ Chí Minh) giám đốc dự án và GS.TS. Ahn Kyong Hwan (Đại học Chosun, Hàn Quốc) thành viên chủ chốt của dự án cùng biên soạn. PGS.TS. Trần Thị Thu Lương chịu trách nhiệm bố cục tổng thể và biên soạn phần A, GS.TS. Ahn Kyong Hwan cùng PGS.TS. Trần Thị Thu Lương biên soạn phần B và C.

Cẩm nang này được thực hiện dựa trên các kết quả điều tra xã hội học đối với gia đình đa văn hóa Hàn – Việt ở Hàn Quốc và các cô dâu Việt ở Việt Nam với sự giúp đỡ của Hội người Việt và các Trung tâm hỗ trợ cô dâu nước ngoài tại thành phố Gwangju và thành phố Busan (Hàn Quốc), Hội phụ nữ và Sở Tư pháp Thành phố Cần Thơ. Ngoài ra các tác giả biên soạn còn nhận được các ý kiến thảo luận, đóng góp của các Giáo sư Hàn Quốc như GS. Eun Ki Soo (Đại học Quốc gia Seoul), GS. Moon Heung Ahn (Đại học Konkuk), GS. Bu Nam Chul (Đại học Youngsan), các giáo sư Việt Nam như GS. Mai Ngọc Chừ (Hội nghiên cứu Hàn Quốc tại Việt Nam), GS. Ngô Văn Lệ (Đại học Khoa học Xã hội và Nhân văn – Đại học Quốc gia Thành phố Hồ Chí Minh) v.v…

Chúng tôi xin chân thành cảm ơn tất cả các tổ chức, các nhà khoa học đã giúp đỡ điều tra và đóng góp những ý kiến quý giá cho các nội dung của cẩm nang. Chúng tôi xin chân thành cảm ơn Viện Hàn lâm Nghiên cứu Hàn Quốc học Trung ương (AKS) đã phê duyệt và tài trợ cho dự án được thực hiện. Chúng tôi cũng xin chân thành cảm ơn các thành viên tham gia dự án, cảm ơn Đại học Khoa học Xã hội và Nhân văn – Đại học Quốc gia Thành phố Hồ Chí Minh đã tạo nhiều điều kiện về tổ chức và quản lý để chúng tôi thực hiện công trình này.

마지막으로 길잡이 편집하기에 정해진 규범성과 일반성이 필요하면서도 삶이 아주 다양하여 변동이 많은 사실이다. 또한, 다문화가정은 경제, 사회, 환경 및 문화 등의 많은 요소로 인한 깊은 영향을 장기적으로 받은 복잡한 상담 대상이기 때문이다. 시간과 비용 관계상, 본 한-베 다문화가정의 의사소통을 위한 길잡이는 가장 기본적인 상황만 안내하고 다문화가정 구성 및 지속 발전 가능성을 위한 메뉴얼일뿐 이혼 및 이혼 후의 길잡이 내용은 포함하지 않았다.

그러므로 본 길잡이 부족한 점이 있을 것으로 사료되며, 독자 여러분들 입장에서 귀한 의견을 주시면 추후에 반영하기로 한다.

본 길잡이 집필진 대표

쩐티투르엉 교수

Sau cùng, chúng tôi muốn nói rằng việc biên soạn cẩm nang ứng xử luôn đòi hỏi tính chuẩn mực, tính khái quát trong khi cuộc sống lại đa dạng và đầy biến động. Hơn nữa, gia đình đa văn hóa là đối tượng tư vấn phức tạp bởi vì nó chịu tác động tổng hòa của nhiều yếu tố kinh tế, xã hội, môi trường và văn hóa một các lâu dài và sâu sắc. Trong điều kiện thời gian và kinh phí có hạn, cuốn cẩm nang hướng dẫn ứng xử dành cho gia đình đa văn hóa Hàn – Việt này chỉ là một cẩm nang hướng dẫn đối với các tình huống cơ bản nhất và chỉ hướng tới việc hướng dẫn thiết lập và xây dựng gia đình đa văn hóa phát triển bền vững, chưa bao gồm các hướng dẫn ứng xử cho các trường hợp ly hôn và hậu ly hôn.

Mặc dù đã cố gắng nhưng những sai sót tồn tại trong cẩm nang này là không tránh khỏi. Chúng tôi mong muốn nhận được sự góp ý của bạn đọc gần xa.

Thay mặt nhóm tác giả
PGS.TS Trần Thị Thu Lương

목차

머 리 말	IV
1부 한-베 다문화가정 구성 예비 단계에 대한 길잡이	1
I. 한-베 국제결혼 및 다문화가정 현황. 시련 및 유리한 점	2
II. 혼인 준비과정	32
1. 배우자 구하기 및 선택	32
1.1. 한국 남성	32
1.2. 베트남 여성	34
2. 서류준비	36
3. 결혼 대상자 선택 단계에 알아야 하는 법률 규정 및 올바른 행동지침	46
II. 혼인 성립	50
1. 베트남에서 결혼신고를 할 경우	50
1.1. 결혼신고 서류	50
1.2. 혼인신고절차	50
2. 한국에서 혼인신고를 할 경우	52
2.1. 혼인신고 서류	52
2.2. 혼인신고 절차	54
III. 혼인신고 후 한국 이민 전 베트남 신부의 준비사항	54
1. 베트남 신부가 준비해야 할 일	54
1.1. 해야 할 일	54
1.2. 하지 말아야 할 일	78
2. 한국 신랑이 준비해야 할 일	80
2.1. 해야 할 일	80
2.2. 하지 말아야 할 일	82

MỤC LỤC

LỜI NÓI ĐẦU	V
PHẦN 1 CẨM NANG CHO GIAI ĐOẠN CHUẨN BỊ THIẾT LẬP HÔN NHÂN HÀN-VIỆT	1
I. Tổng quan về hôn nhân và gia đình đa văn hóa Hàn-Việt. Những thách thức và thuận lợi	3
II. Chuẩn bị thiết lập hôn nhân	33
1. Tìm và lựa chọn đối tượng kết hôn	33
1.1. Phía đàn ông Hàn Quốc	33
1.2. Phía phụ nữ Việt Nam	35
2. Chuẩn bị giấy tờ thông tin	37
3. Những quy định pháp luật cần biết trong giai đoạn lựa chọn đối tượng kết hôn và tư vấn ứng xử đúng	47
II. Thiết lập hôn nhân	51
1. Đăng ký kết hôn tại Việt Nam	51
1.1. Hồ sơ đăng ký	51
1.2. Các bước đăng ký	51
2. Đăng ký kết hôn tại Hàn Quốc	53
2.1. Hồ sơ đăng ký	53
2.2. Các bước đăng ký	55
III. Những công việc sau khi đăng ký kết hôn, chuẩn bị cho cô dâu đến Hàn Quốc	55
1. Công việc chuẩn bị của cô dâu Việt	55
1.1. Những việc nên làm	55
1.2. Những việc không nên làm	79
2. Công việc chuẩn bị của chú rể Hàn Quốc	81
2.1. Những việc nên làm	81
2.2. Những việc không nên làm	83

2부 베트남 신부의 한국 사회 조기통합 단계에 대한 길잡이   85
  I. 초기 단계에 공동협력으로 극복해 나가야 할 이질성과 어려움   86
    1. 다문화 국제결혼에 있어서 상대방을 향한 인식 및 기대의 차이   86
    2. 결혼 후 친정 부모와 자녀 간의 관계와 친정 가족들에게 보조금을
       송금하는 일에 대한 관념적 차이   86
    3. 한국의 위계질서 문화 및 베트남의 마을 민주 문화 간에
       가정 내 관념과 대응에 관한 이질성   90
    4. 가정내 일상생활의 관념과 대응 습관에 관한 이질성   92
       4.1. 한국 가정의 아침 식사와 베트남 가정의 저녁 식사의 관념과
           대응 습관에 관한 이질성   92
       4.2. 식품 구입 습관 및 식사 후 음식 쓰레기 배출 습관의 차이   96
       4.3. 쓰레기 분리배출의 차이   98
       4.4. 한국인이 바닥을 중시하는 문화와 베트남인이
           바닥을 별로 중시하지 않는 생활문화 간의 차이   100
       4.5. 베트남 신부들이 유의해야 할 한국의 최신적인 가전제품 사용   102
  II. 한국에서의 베트남 신부 초기 적응 단계를 위한 행동요령   104
    1. 베트남 신부를 위한 행동지침   104
       1.1. 해야 할 일   104
       1.2. 하지 말아야 할 일   106
    2. 한국 남편을 위한 행동지침   108
       2.1. 해야 할 일   108
       2.2. 하지 말아야 할 일   110

PHẦN 2 GIAI ĐOẠN HỘI NHẬP BAN ĐẦU TẠI HÀN QUỐC CỦA CÔ DÂU VIỆT   85

I. Những khác biệt và khó khăn ban đầu thường gặp cần biết để hai bên cùng cố gắng vượt qua   87

   1. Khác biệt về tâm thức và kỳ vọng của hai bên về nhau trong kết hôn đa văn hóa   87

   2. Khác biệt trong quan niệm về quan hệ giữa con gái và bố mẹ ruột sau khi lấy chồng và vấn đề gửi tiền về nhà vợ sau kết hôn   87

   3. Khác biệt trong quan niệm và ứng xử trong gia đình giữa văn hóa tôn ty của Hàn Quốc và văn hóa dân chủ làng xã của Việt Nam   91

   4. Khác biệt trong quan niệm và thói quen ứng xử trong một số sinh hoạt gia đình thường nhật: 93

      4.1. Khác biệt trong quan niệm và ứng xử về bữa ăn sáng ở gia đình Hàn Quốc và bữa ăn tối ở gia đình Việt Nam   93

      4.2. Khác biệt trong thói quen mua sắm thực phẩm và vứt bỏ thức ăn thừa sau bữa ăn   97

      4.3. Khác biệt về phân loại rác và bỏ rác thải   99

      4.4. Khác biệt giữa văn hóa chú trọng sàn nhà của người Hàn và văn hóa ít chú trọng sàn nhà của người Việt   101

      4.5. Những chú ý với cô dâu Việt về việc sử dụng đồ gia dụng hiện đại ở Hàn Quốc   103

II. Định hướng ứng xử trong thời gian cô dâu mới hội nhập ở Hàn Quốc   105

   1. Định hướng ứng xử cho cô dâu Việt   105

      1.1. Những việc nên làm   105

      1.2. Những việc không nên làm   107

   2. Định hướng ứng xử cho người chồng Hàn Quốc   109

      2.1. Những việc nên làm   109

      2.2. Những việc không nên làm   111

III. 베트남 신부가 한국에 입국할 때 실행해야 할 법적 절차   112
   1. 1차 체류 기간 연장   112
   2. 한국 영주자격 (F-5)사증   114
   3. 결혼이민여성의 한국 귀화   116
IV. 베트남 신부들이 참여해야 할 결혼이민여성을 위한 교육과정   116
   1. 결혼이민여성을 위한 조기적응의 교육과정   116
   2. 사회통합프로그램   118
V. 사회와 가족 생활에서의 구체적 상황에 대한 행동지침   120
   A. 가족 생활   120
     1. 베트남 신부에 대한 행동지침   120
       1.1. 어머니와 며느리 사이의 예절   120
       1.2. 형제자매 사이의 예절   128
       1.3. 인사   128
       1.4. 식사 예절   132
       1.5. 시댁식구들과 반목할 때의 태도   134
       1.6. 장례식에서의 태도   138
       1.7. 병 문안할 때의 태도   142
     2. 한국 남편에 대한 행동지침   144
       2.1. 부인이 아직 한국어가 서투를 때의 태도   144
       2.2. 한국어 학습 여건 조성   146
       2.3. 부인에 대한 가정생활 안내   148
       2.4. 부인이 집안 식구들과 반목할 때의 태도   148
       2.5. 부부간 생활습관 차이가 있을 때의 태도   150
       2.6. 부인에 대한 사회적인 차별이 있을 때의 태도   152
     3. 부부간 의견대립시의 자세   154
       3.1. 부부 사이에 지켜야 할 예절   154
       3.2. 남편과 의견 대립시 해결방안   156

III. Những thủ tục pháp luật cần thực hiện sau khi cô dâu Việt nhập cảnh vào Hàn Quốc ... 113
  1. Gia hạn lưu trú lần 1 ... 113
  2. Visa thường trú tại Hàn Quốc (visa F-5) ... 115
  3. Nhập quốc tịch Hàn Quốc cho phụ nữ kết hôn di trú ... 117
IV. Chương trình giáo dục dành cho phụ nữ kết hôn di trú, cô dâu Việt nên đăng ký tham gia ... 117
  1. Chương trình thích nghi ban đầu dành cho người kết hôn di trú ... 117
  2. Chương trình hòa nhập xã hội ... 119
V. Những hướng dẫn ứng xử cho các tình huống cụ thể trong sinh hoạt gia đình và xã hội ... 121
  A. Trong sinh hoạt gia đình ... 121
    1. Hướng dẫn ứng xử cho cô dâu Việt ... 121
      1.1. Ứng xử giữa mẹ chồng và con dâu, tôn kính bố mẹ chồng ... 121
      1.2. Ứng xử giữa anh em, chị em ... 129
      1.3. Chào hỏi trong gia đình hàng ngày ... 129
      1.4. Ứng xử trên bàn ăn ... 133
      1.5. Thái độ khi có bất hòa với các thành viên trong gia đình chồng ... 135
      1.6. Ứng xử tại tang lễ ... 139
      1.7. Ứng xử khi thăm người nằm bệnh viện ... 143
    2. Hướng dẫn ứng xử cho người chồng Hàn Quốc ... 145
      2.1. Ứng xử khi vợ vẫn chưa thông thạo tiếng Hàn ... 145
      2.2. Tạo môi trường học tập tiếng Hàn ... 147
      2.3. Hướng dẫn cho vợ về sinh hoạt gia đình ... 149
      2.4. Thái độ khi vợ có hiềm khích với những thành viên trong gia đình ... 149
      2.5. Thái độ khi có sự khác biệt về thói quen sinh hoạt giữa vợ và chồng ... 151
      2.6. Thái độ ứng xử khi vợ bị phân biệt đối xử ... 153
    3. Ứng xử khi đối lập ý kiến giữa vợ chồng ... 155
      3.1. Thái độ ứng xử cần phải gìn giữ trong quan hệ vợ chồng ... 155
      3.2. Cách thức giải quyết khi đối lập ý kiến với chồng ... 157

B. 사회생활	158
1. 교통수단 이용(버스, 전철, 택시)	158
2. 한국 돈과 가치	160
3. 신용카드와 신용카드 사용	160
4. 통신수단 사용	162
5. 베트남으로 소포 부치기	162
6. 은행계좌를 만들고 베트남으로 현금을 송금하는 방법	164
7. 병원 및 약국 이용	166

3 부 베트남 신부의 한국 사회 심층적 통합 단계에 대한 길잡이   173

I. 부인의 임신 및 출산	174
1. 한-베 다문화 혼인의 출산에 대한 중요성	174
2. 임신과 출산	176
2.1. 부인의 마음가짐	176
2.2. 남편의 마음가짐	180
2.3. 출산 후 해야 할 일	182
3. 출산 후의 생활 및 행동요령	186
3.1. 출산 후 산부 건강관리	186
3.2. 출산 후 식사관리	188
3.3. 부인의 출산 후 남편에 대한 행동요령	190
II. 문화가 다른 부모의 자녀 교육	192
1. 한-베 다문화가정의 아이를 위한 문화균형교육	192
1.1. 문화균형교육이란?	192
1.2. 한-베 다문화가정에서의 자녀를 위한 문화균형교육의 이익 및 실천방법	192
2. 어머니/아내의 자세	196
3. 아버지/남편의 자세	198
4. 다문화가정의 자녀교육	200

B. Trong sinh hoạt xã hội 159
   1. Sử dụng phương tiện giao thông (xe buýt, xe điện, taxi) 159
   2. Giá trị của tiền Hàn Quốc 161
   3. Thẻ tín dụng và sử dụng thẻ tín dụng 161
   4. Sử dụng phương tiện liên lạc thông tin 163
   5. Gửi bưu phẩm về Việt Nam 163
   6. Lập tài khoản ngân hàng và cách gửi tiền về Việt Nam 165
   7. Sử dụng dịch vụ bệnh viện và nhà thuốc 167

PHẦN 3 GIAI ĐOẠN HỘI NHẬP SÂU HƠN VÀO XÃ HỘI HÀN QUỐC CỦA CÔ DÂU VIỆT 173
  I. Ứng xử khi người vợ có thai và sinh con 175
    1. Tầm quan trọng của việc sinh con trong hôn nhân đa văn hóa Hàn-Việt 175
    2. Mang thai và sinh con 177
      2.1. Những điều người vợ cần nhớ 177
      2.2. Những điều người chồng cần lưu ý 181
      2.3. Những điều cần biết khi sinh con 183
    3. Sinh hoạt và ứng xử trong thời kỳ sau sinh 187
      3.1. Chăm sóc cơ thể sản phụ sau sinh 187
      3.2. Ăn uống sau khi sinh 189
      3.3. Ứng xử của người chồng trong thời gian vợ mới sinh .. 191
  II. Giáo dục con cái trong điều kiện cha mẹ khác biệt văn hóa ... 193
    1. Giáo dục cân bằng văn hóa cho trẻ em trong gia đình đa văn hóa Hàn-Việt ... 193
      1.1. Giáo dục cân bằng văn hóa là gì? 193
      1.2. Những lợi ích và cách thức thực hiện giáo dục cân bằng văn hóa cho trẻ em gia đình đa văn hóa Hàn-Việt: 193
    2. Thái độ của người mẹ/ người vợ 197
    3. Thái độ của người cha/ người chồng 199
    4. Việc học tập phổ thông cho trẻ ở các trường 201

III. 결혼이민여성의 취업 문제	206
1. 한국에서의 취업 현황	206
2. 결혼이민여성에 대한 취업의 어려움	206
3. 결혼이민여성의 직장생활의 좋은 점	208
4. 베트남 신부들이 결혼이민 생활에 대한 기쁨, 자신감과 행복한 가정을 유지하는 방법	208
5. 한국 결혼이민여성을 위한 취직 지원 기관과 정책	212
5.1. 새일센터. 문의:1544-1199	212
5.2. 노동고용부의 결혼이민여성 취업 지원 서비스	214
5.3. 현지의 다문화가정지원센터	214
6. 결혼이민여성을 위한 한국 노동법의 기본 사항	216
IV. 가정폭력 및 가정폭력을 당한 결혼이민여성의 행동지침	222
1. 가정폭력이란	222
2. 가정폭력 방지	222
3. 가정폭력을 당했을 때의 태도	226

III. Vấn đề xin việc làm với phụ nữ kết hôn di trú   207
   1. Việc làm tại Hàn Quốc   207
   2. Các khó khăn khi xin việc làm của phụ nữ kết hôn di trú   207
   3. Lợi ích của việc có công việc làm với phụ nữ kết hôn di trú   209
   4. Làm thế nào để cô dâu Việt có thể xin việc làm, tìm được niềm vui, sự tự tin trong cuộc sống của phụ nữ kết hôn di trú mà vẫn bảo đảm được hạnh phúc gia đình? 209
   5. Những cơ quan và chính sách hỗ trợ xin việc làm cho cô dâu kết hôn di trú ở Hàn Quốc   213
      5.1. Trung tâm việc làm mới (Trung tâm Saeil). Điện thoại liên hệ: 1544-1199   213
      5.2. Dịch vụ hỗ trợ tìm việc làm cho phụ nữ kết hôn di trú của Bộ tuyển dụng lao động   215
      5.3. Các Trung tâm hỗ trợ gia đình đa văn hóa ở địa phương   215
   6. Những điều cơ bản trong luật lao động của Hàn Quốc dành cho phụ nữ kết hôn di trú   217
IV. Bạo lực gia đình và ứng xử của phụ nữ kết hôn di trú khi bị bạo lực   223
   1. Bạo lực gia đình là gì?   223
   2. Ứng xử để tránh xảy ra bạo lực gia đình   223
   3. Ứng xử khi bị bạo lực gia đình   227

1부

한-베 다문화가정 구성 예비 단계에 대한 길잡이

PHẦN 1

CẨM NANG CHO GIAI ĐOẠN CHUẨN BỊ THIẾT LẬP HÔN NHÂN HÀN-VIỆT

I. 한-베 국제결혼 및 다문화가정 현황. 시련 및 유리한 점

본 길잡이에서 언급된 한-베 결혼의 범주는 베트남 국적인 여성과 한국 국적인 남성 간의 구성된 결혼이다. 이 결혼 형태는 한국과 베트남 간의 협력관계가 1992년부터 정치, 경제, 문화 등이 제반 분야에서 급성장해 온 배경에서 발생하고 발전해 왔다. 이런 배경에서는 양 국가의 결혼 당사자들이 중개 방식을 통해 서로가 결혼을 해서 삶의 변화를 추구할 수 있도록 가능한 조건을 이루며 대부분의 다문화 가정들이 결혼 후 한국에서 살기로 한다.

한-베 결혼 수는 2000년부터 급격히 증가해 오고 있다. 한국의 통계 자료에 따르면 한국 남성과 베트남 여성 간의 국제 결혼 수는 2004년 2,461건부터 2006년 10,128건으로 급격히 증가했으며, 2010년에는 9,623건으로 점차 감소해 오면서 2015년까지 4,651건이 남아 있는 것으로 나타났다[1]. 2015년에 국제결혼을 한 한국의 외국 국적인 여성 수가 중국(27.9%), 베트남(23.1%), 필리핀(4.7%), 일본 (4.6%)[2] 순이었다. 그러나 중국 여성 중에는 재중국 한국 여성도 포함되어 있는데, 실제로 한국으로 이민해서 한국인과 결혼한 외국 여성 중에는 베트남 여성이 가장 많은 것으로 나타났다.

---

1 대한민국 법무부 출입국.외국인정책본부 이빈정보과, 출입국.외국인정책통계연보". 문홍안 - "한국 법정을 통해 본 베트남결혼이주여성의 애환". 한-베 간 발생하는 문화갈등 감소, 화합 증진 및 바람직한 의사소통 방안에 대한 국제학술대회의 논문 초록, 호찌민시, 463페이지

2 한국통계부의2015년 다문화인구변경 통계자료. 출처: 문홍안: "한국 법정을 통해 본 베트남결혼이주여성의 애환" (출처자료)

I. Tổng quan về hôn nhân và gia đình đa văn hóa Hàn-Việt. Những thách thức và thuận lợi

Hôn nhân Hàn-Việt được đề cập trong cuốn cẩm nang này là hôn nhân giữa phụ nữ mang quốc tịch Việt Nam và đàn ông mang quốc tịch Đại Hàn dân quốc (Hàn Quốc). Dạng hôn nhân này nảy sinh và phát triển trong bối cảnh quan hệ hợp tác giữa Hàn Quốc và Việt Nam phát triển nhanh chóng, toàn diện về chính trị, kinh tế, văn hóa, xã hội bắt đầu từ 1992 đến nay. Bối cảnh này đã tạo khả năng và điều kiện cho các đối tượng kết hôn ở hai quốc gia tìm kiếm sự thay đổi cho cuộc sống bằng cách kết hôn với nhau qua các hình thức môi giới và hầu hết gia đình đa văn hóa của họ sau khi kết hôn đều sinh sống ở Hàn Quốc.

Kết hôn Hàn-Việt tăng nhanh từ sau năm 2000. Theo số liệu thông kê của Hàn Quốc thì hôn nhân quốc tế giữa phụ nữ Việt Nam và đàn ông Hàn Quốc tăng mạnh từ 2461 cặp kết hôn vào năm 2004 lên 10.128 cặp vào năm 2006, từ 9623 cặp năm 2010 giảm dần theo mỗi năm đến 2015 còn 4651 cặp[1]. Năm 2015 số lượng phụ nữ mang quốc tịch nước ngoài kết hôn quốc tế tại Hàn Quốc theo thứ tự là Trung Quốc (27,9%) Việt Nam (23,1%) Philipin (4,7%) Nhật Bản (4,6%)[2]. Tuy nhiên do số phụ nữ Trung Quốc bao gồm cả phụ nữ

---

1 Bộ Pháp luật (Hàn Quốc) phòng xuất nhập cảnh và chính sách cho người nước ngoài *"Thống kê thường niên xuất nhập cảnh và chính sách cho người nước ngoài".* Dẫn theo Moon Heung Ahn:*"Pháp luật Hàn Quốc và thăng trầm của phụ nữ Việt Nam di trú kết hôn".*Kỷ yếu Hội thảo quốc tế *"Giao tiếp Hàn-Việt những va chạm văn hóa và hướng dẫn ứng xử giảm mâu thuẫn tăng hòa hợp",* TP Hồ Chí Minh trang 463.

2 Bộ thống kê (Hàn Quốc) tài liệu báo cáo *"Thống kê thay đổi dân số đa văn hóa năm 2015".* Dẫn theo Moon Heung Ahn: *"Pháp luật hàn quốc và thăng trầm của phụ nữ Việt Nam di trú kết hôn".* (Tài liệu đã dẫn)

한국 남성과 결혼한 베트남 여성들은 대부분 베트남 남부지방인 메콩델타 지역에서 거주해 왔다. 베트남 신부가 가장 많이 모여 있는 지역은 껀터, 허우장, 끼엔장, 안장, 까마우 등의 순으로 꼽혔다. 북부 베트남에서 한국 남성과 결혼하는 베트남 신부 수는 남부 베트남 출신보다는 적은 것으로 보이며, 주로 하이퐁과 하이즈엉 등의 출신이 많다.

여러 가지 이유로 인해 한-베 국제결혼은 결혼 전에 연애로부터 시작하는 경우가 드물어 상대방을 알아보고 적응할 시간이 부족한 편이다. 그러므로 한-베 다문화가정들이 결혼을 한 후에만 상대방에 대해 깊이 알아볼 수 있고, 결혼 당사 자들 간의 연애 관계가 형성되고 양가 친척들과의 관계를 맺을 수 있는 것으로 대부분 역전적인 과정으로 구성되었다.

한-베 결혼의 또 다른 특징 하나는 신랑과 신부 간에 나이 차이가 크다는 것이 다. 한국 여성가족부에서 2012년에 2016건의 한-베 부부를 대상으로 실시한 다문화가정 실황 조사 결과에 따르면 65% 한국 남편이 베트남 아내보다 20살 이상 많은 것으로 나타났다[3]. 껀터시 여성협회에서 2015년에 한국에 가기 전에 베트남 결혼이주여성을 위한 사전 교육 프로그램에 참여한 2932여명의 베트남 신부들을 대상으로 실시한 조사 통계에 따르면, 이런 베트남 신부들의 평균 나이는 23세, 한국 남편의 나이는 42세이며, 그 중에 남편이 아내보다 30살부터 40살까지 더 많은 경우가 20건이었다[4].

---

3 은기수: "한국인 남편과 베트남 부인 부부의 삶을 통해 알아 본 문화적 차이". 한-베 간 발생하는 문화갈등 감소, 화합 증진 및 바람직한 의사소통 방안에 대한 국제학술대회의 논문 초록, 349페이지

4 껀터시 여성협회. 2013년부터 2015년까지 한국에 가기 전에 베트남 결혼이주여성을 위한 사전 교육 프로그램 총괄 보고서

Trung Quốc gốc Hàn nên trong số phụ nữ nước ngoài thực tế di dân đến Hàn Quốc do kết hôn với người Hàn Quốc thì phụ nữ Việt Nam chiếm số lượng lớn nhất.

Các phụ nữ Việt Nam lấy chồng Hàn Quốc đa số trước đó sinh sống ở đồng bằng sông Cửu Long phía Nam Việt Nam. Các địa phương tập trung có nhiều cô dâu lần lượt là Cần Thơ, Hậu Giang, Kiên Giang, An Giang, Cà Mau v.v... Miền Bắc số lượng cô dâu Việt lấy chồng Hàn Quốc ít hơn và chỉ tập trung ở một vài địa phương như Hải Phòng, Hải Dương.

Do nhiều lý do mà hôn nhân Hàn-Việt thường ít có điều kiện để xuất phát từ tình yêu cũng như ít thời gian để tìm hiểu và thích ứng với nhau trước khi kết hôn. Do đó gia đình đa văn hóa Hàn-Việt thường được thiết lập theo quy trình ngược: Sau khi kết hôn mới có thể tìm hiểu kỹ và mới bắt đầu xây dựng tình yêu giữa hai người kết hôn cũng như tình cảm với người thân gia đình hai bên.

Một đặc điểm khác của hôn nhân Hàn-Việt là độ tuổi giữa vợ và chồng khá chênh lệch. Theo kết quả điều tra thực trạng gia đình đa văn hóa do Bộ Phụ nữ và gia đình Hàn-Việt tiến hành vào năm 2012 với 2016 cặp vợ chồng Hàn-Việt thì 65% người chồng Hàn Quốc hơn người vợ ở Việt Nam từ 20 tuổi trở lên[3]. Một thống kê khác của Hội phụ nữ Thành phố Cần Thơ năm 2015 qua thông tin 2932 cô dâu Việt tham gia học Chương trình giáo dục định hướng cho phụ nữ Việt Nam di cư theo diện kết hôn trước khi sang Hàn Quốc thì độ tuổi trung bình của các cô dâu Việt này là 23 và của người chồng Hàn Quốc là 42 trong đó có 20 trường hợp chồng hơn vợ từ 30 đến 40 tuổi[4].

---

3 Eun Ki Soo: *"Những khác biệt văn hóa trong đời sống gia đình chồng Hàn vợ Việt"* Kỷ yếu Hội thảo khoa học " Giao tiếp Hàn- Việt những va chạm văn hóa và hướng dẫn ứng xử giảm mâu thuẫn tăng hòa hợp" tài liệu đã dẫn trang 349.

4 Hội phụ nữ Cần Thơ. Báo cáo tổng kết chương trình giáo dục định hướng dành cho phụ nữ Việt nam di cư theo diện kết hôn trước khi sang Hàn quốc từ 2013- 2015.

한국 남성하고 결혼한 베트남 신부의 학력이 대개 낮은 수준인 것으로 나타났으며, 특히 메콩델타 지역 출신이 중학교 학력이 50%이며, 나머지는 고등학교 학력이고 대학 학력 수준은 많지 않은 것으로 나타났다. 대부분 농촌지역에서 거주하며 직업이 없는 여성들이다.

한국 사람들의 학력 수준은 베트남 신부들보다 보통 더 높은 것으로 나타났으며, 그 중에 대부분이 고등학교나 대학교를 졸업했지만 한국에서의 평균 학력 수준에 비하면 중이나 중하 수준의 학력이다. 한국 남편의 직업은 대개 농업, 근로자, 운전 기사나 회사원이었다.

한-베 다문화가정들의 눈에 띄는 또 다른 특징은 가정 구성, 가족관계를 다루는 것 또는 한국의 사회통합에 있어서 언어 능력이 부족하다는 것이다. 결혼 전 다수의 베트남 신부들이 한국어를 할 줄 모르고 한국 신랑들이 베트남어를 할 줄 모른다는 사실이다. 외국어를 학습할 수 있는 기회가 별로 없는 그들이 중간 외국어인 영어로 의사소통을 하는 경우도 찾아보기 힘들다. 이는 그 동안 한-베 다문화가정의 특징 이자 극복하기가 쉽지 않은 점이다.

한-베 다문화가정들이 한국에 정착하는 외국인 수가 급격히 증가하여 다문화화 되어가고 있는 한국 사회의 구성원이 되고 있다. 한국 행정자치부의 조사 자료에 따르면, 2011년에 한국에 체류하는 외국인은 139만5천77명으로 전국 인구의 2.6% 차지하고 있으며, 2014년에는 157만명으로 증가하여 인구의 3.4%를 차지한 것으로 나타났다. 그 중에 아시아의 국적별로 보면 베트남 출신이 2위로 중국의 뒤를 이었다. 한-베 다문화가정을 비롯한 다문화가정들이 한국 내 여러 지역에 정착하여 한국 사회의 피와 살이 되고 있다. (한국에서의 다문화 결혼 현황에 대한 부록 참조)

국제화 시대를 맞이하여 타 국가에 있는 결혼 당사자들 간의 국제 결혼 추세가 늘어나고 있는 것으로 나타나고 있다. 어떤 동기로부터 시작해도 이런 결혼 형태는 인본성에서 오는 당사자들의 자유 선택권 및 행복을 추구하는 권리로 여겨지며, 각 국가 정부의 인정과 승인을 받게 되었다. 한-베 결혼도 그 범주에 속해 있는 덕분에 그 수가 급증할 수 있었다.

그러나 한-베 결혼 및 다문화가정 구성에 있어서 행복을 추구하는 당사자

Trình độ học vấn của các cô dâu Việt lấy chồng Hàn Quốc nhìn chung là thấp, đặc biệt là ở vùng đồng bằng sông Cửu long khoảng 50% có trình độ Trung học cơ sở (Cấp 2), số còn lại thường là ở trình độ Trung học phổ thông (Cấp 3), số người học cao đẳng, đại học không nhiều. Đa số các phụ nữ này cư trú ở nông thôn và không có nghề nghiệp.

Trình độ học vấn của các chú rể Hàn thường là cao hơn cô dâu, phổ biến là đã tốt nghiệp phổ thông trung học hoặc đại học nhưng so với mặt bằng giáo dục của Hàn Quốc thì đó cũng là những người có học vấn ở mức độ trung bình hoặc trung bình thấp. Nghề nghiệp của người chồng Hàn Quốc thường là nông dân, công nhân, tài xế, hoặc nhân viên văn phòng.

Đặc điểm đáng lưu ý khác của gia đình đa văn hóa Hàn-Việt là thiếu ngôn ngữ để tạo dựng và điều chỉnh quan hệ gia đình cũng như hội nhập vào xã hội Hàn Quốc. Phần lớn các cô dâu Việt trước khi kết hôn không biết tiếng Hàn và chú rể Hàn không biết tiếng Việt. Việc trao đổi qua ngoại ngữ trung gian (tiếng Anh) cũng rất hiếm vì họ là các đối tượng ít có điều kiện học ngoại ngữ. Đây là đặc điểm đồng thời là điểm yếu đáng kể, không dễ khắc phục của gia đình đa văn hóa Hàn-Việt trong thời gian qua.

Gia đình đa văn hóa Hàn-Việt gia nhập và trở thành tế bào của xã hội Hàn Quốc - một xã hội ngày càng mang tính đa văn hóa với số lượng người nước ngoài định cư đang tăng lên nhanh chóng. Theo số liệu điều tra của Bộ hành chính tự trị Hàn Quốc thì năm 2011 số người nước ngoài sinh sống ở Hàn quốc là 1.395.077 người chiếm 2,6% dân số và năm 2014 đã tăng lên 1.570.000 người chiếm 3,4% dân số. Trong số đó, tính theo quốc tịch châu Á thì người Việt Nam nhiều thứ hai chỉ sau Trung Quốc. Các gia đình đa văn hóa bao gồm cả gia đình văn hóa Hàn-Việt định cư ở nhiều địa phương trên lãnh thổ Hàn Quốc và trở thành một bộ phận máu thịt của xã hội Hàn Quốc.

Trong bối cảnh toàn cầu hóa, hôn nhân giữa các đối tượng kết hôn ở các quốc gia khác nhau đang ngày càng trở nên phổ biến. Dù xuất phát từ động cơ nào thì hôn nhân này vẫn được xem là quyền tự do lựa chọn, quyền mưu

들의 편에서 이들이 견고하게 발전할 수 있는 가정을 위한 조건을 잘 이해하여 당면하는 애로 사항을 어떻게 극복해야 하는지를 잘 깨닫고 결혼 대상을 신중하게 고려해서 선택하며 자기자신, 가정의 행복을 누릴 수 있도록 자발적이고 적극적으로 준비를 해서 애로사항을 극복해 나가는 자세를 가져야 하고 이를 통해서 사회의 지속적인 발전에 기여를 할 수 있을 것이다.

가정은 여러 가지 역할을 가진 사회의 한 세포 조직이기 때문에 가정의 기본 역할을 이행할 수 있을 때만 굳건하게 발전할 수 있는 것이다[5].발전 과정 중 이런 역할들을 잘 이행하는 것은 모든 가정에 늘 존재하는 어려움으로, 특히 한-베 다문화가정 에서는 갈등이 자주 일어나는 형편에서 이런 역할을 이행해야 하기 때문에 결코 쉽게 넘어갈 수 있는 시련이 아니다.

---

5 가정의 기본 역할:
- 생산, 소비의 경제적 역할
- 부부 간 성생활 및 자녀 출생의 출산 역할
- 자녀 양육 및 사회화 역할
- 정서적 관계 및 여가생활 역할
- 노인, 환자, 장애인 보조의 사회복지 역할
- 계급적 재생산 역할

하영철 (Ha Thi Thu Thuy, Luu Thi To Lan, Pham Quynh Giang 번역), 한국 가족의 변화, 교육 출판사, 하노이, 2006, 43페이지

cầu hạnh phúc mang tính nhân bản do đó đa số được pháp luật các quốc gia cho phép và công nhận. Hôn nhân Hàn-Việt là một trong số đó và cũng nhờ vậy đã có thể phát triển mạnh trong thời gian qua.

Tuy nhiên, đứng về phía các đối tượng dự định tìm kiếm hạnh phúc từ việc thiết lập hôn nhân và xây dựng gia đình đa văn hóa Hàn-Việt thì các bạn cần phải hiểu rõ các điều kiện đảm bảo cho gia đình của mình có thể phát triển bền vững, hiểu rõ các khó khăn phải đối mặt và cần vượt qua, để từ đó cân nhắc và lựa chọn bạn đời một cách thận trọng hơn, chuẩn bị một cách chủ động và tích cực hơn, cũng như sẵn sàng phấn đấu vượt qua thách thức để giành được hạnh phúc cho bản thân, cho gia đình và góp phần cho sự phát triển bền vững cho xã hội.

Gia đình là tế bào cơ sở của xã hội với nhiều chức năng và gia đình chỉ có thể phát triển bền vững khi có đủ khả năng thực hiện được các chức năng cơ bản của gia đình[5]. Việc thực hiện tốt được các chức năng trong quá trình phát triển đã luôn là khó khăn với tất cả mọi gia đình nhưng đối với gia đình đa văn hóa Hàn-Việt thì đó là một thách thức không dễ vượt qua bởi vì phải thực hiện các chức năng này trong điều kiện các xung đột thường trực nảy sinh:

---

5 Các chức năng cơ bản của gia đình bao gồm:
- Chức năng kinh tế bao gồm chức năng sản xuất, tiêu dùng
- Chức năng sinh sản bao gồm sinh hoạt tình dục vợ chồng và sinh con
- Chức năng dưỡng dục con cái và xã hội hóa
- Chức năng quan hệ tình cảm và sinh hoạt trong thời gian rỗi
- Chức năng phúc lợi xã hội bao gồm việc nuôi dưỡng người già, người bệnh tật, người tàn tật
- Chức năng tái sản xuất giai cấp

Xem Ha Yong Chul (Hà Thị Thu Thủy, Lưu Thụy Tố Lan, Phạm Quỳnh Giang dịch): *Sự biến đổi gia đình Hàn Quốc*, NXB Giáo dục. Hà Nội, 2006 trang 43

가장 쉽게 찾아 볼 수 있는 갈등은 문화적인 차이로 인해 발생하는 갈등이다. 한-베 다문화가정의 의사소통에 있어서 갈등을 불러일으키는 문화적인 특징은 한국의 위계질서 문화와 예절을 덜 중시하는 소탈한 베트남의 민주적 촌락문화 간의 차이다. 한국의 위계질서 문화 속에서 사회적 계급에 따라 대처하는 것 외에 쉽게 보이는 남존여비 사상의 일종인 양성불평등도 존재하고 있다. 이런 불평등은 유교문화의 속성에 속해 있는 것이기에 한국뿐만 아니라 베트남을 비롯한 유교의 영향을 받은 국가에서도 존재하고 있지만, 한국에서의 위계질서 문화가 너무 강력하며 여성이 더 낮은 위치에 놓여져 웃어른들에게 복종하며 존경해야 할 의무가 있다.

부부의 나이 차이로 인해 한-베 다문화가정의 위계질서 사다리의 높이를 더욱 더 높이게 되었으며, 이런 가정의 베트남 신부들 특히 시댁에 같이 살고 있는 여성들은 양성불평등의 아주 강력한 압박감에 시달릴 수 밖에 없었다. 또한, 위계질서 문화가 한국의 또 다른 문화 특징을 일으키는 것은 집권성이다. 한-베 다문화가정에는 아버지와 남편 심지어 시어머니로 인해 가부장제 하에서의 불평등을 더 가중시키는 것이다. 이러한 위계질서 문화로 인해 한국인들은 의사소통에 관련해서 아주 신중하게 대응하는 것이다. 가정 또는 사회에서 한국인들이 예절, 의사소통 태도 및 대화 언어 (존댓말)에 대한 엄격한 규칙을 가지고 있다.

그런데 베트남의 의사소통 문화 특히 베트남 서남부 지역에서의 문화적인 특징은 한국의 위계질서 문화에 비해 역 방향적인 특징이 있다. 베트남 문화도 유교의 영향을 받았기 때문에 부모에 대한 효도나 남존여비 사상으로 기울여져 있지만, 베트남의 현지 문화 토대는 여성을 중시하는 모계성이 깊은 민주적 촌락문화라서 베트남 가정의 생활방식은 소탈하며 예절이 그다지 복잡하지 않고 양성불평등도 심각하지 않다. 대부분 베트남 신부들의 고향인 베트남 서남부지역에 속하는 메콩델타 지역의 문화 속에서 성장하여 이들은 개방적이며 소탈하고 자유로운 습성이 더욱 뚜렷한 것이다. 이런 지역 출신 신부들이 절대적으로 복종하고 압박감을 잘 견디는 습관이 부족한 것이 사실이다. 그들은 한국 예절을 잘 숙지하지 못하고 가족 예절의 중요성도 잘 인지하지 못하고 있는 것이 사실이다.

Xung đột dễ thấy nhất là các va chạm do khác biệt văn hóa. Đặc trưng văn hóa gây ra va chạm thường gặp nhất cho các ứng xử trong gia đình đa văn hóa Hàn-Việt là sự khác biệt giữa văn hóa tôn ty của Hàn Quốc với văn hóa dân chủ làng xã xuề xòa, ít trọng lễ nghi của Việt Nam. Trong văn hóa tôn ty của người Hàn, ngoài việc ứng xử theo thứ bậc xã hội còn có sự bất bình đẳng giới trọng nam khinh nữ rất rõ rệt. Mặc dù sự bất bình đẳng này thuộc văn hóa Nho giáo nên không phải chỉ có ở Hàn Quốc mà tồn tại trong nhiều quốc gia ảnh hưởng Nho giáo trong đó có Việt Nam, nhưng do văn hóa tôn ty rất mạnh ở Hàn Quốc mà phụ nữ ở quốc gia này bị xếp vào bậc thang thấp hơn nên phải tuyệt đối phục tùng và tôn kính người trên.

Sự chênh lệch khá lớn về độ tuổi vợ chồng gia tăng thêm độ cao của bậc thang tôn ty trong gia đình đa văn hóa Hàn-Việt, do đó cô dâu Việt trong các gia đình này phải chịu áp lực bất bình đẳng rất lớn, nhất là trường hợp sống chung với gia đình chồng. Ngoài ra, văn hóa tôn ty còn chi phối một đặc trưng khác của văn hóa Hàn là tính tập quyền. Trong các gia đình đa văn hóa Hàn-Việt, tính gia trưởng của người cha, người chồng (thậm chí của mẹ chồng) còn tạo thêm cho sự bất bình đẳng một áp lực lớn hơn nữa. Cũng do văn hóa tôn ty mà người Hàn rất cẩn trọng trong giao tiếp. Trong gia đình hay xã hội, người Hàn đều có các quy tắc chặt chẽ về lễ nghi, về thái độ ứng xử, cũng như ngôn ngữ giao tiếp (kính ngữ).

Trong khi đó, đặc trưng văn hóa ứng xử của Việt Nam (đặc biệt là văn hóa Việt ở khu vực Tây Nam bộ) lại là đặc trưng trái chiều với đặc trưng tôn ty của văn hóa Hàn. Văn hóa Việt mặc dù cũng chịu ảnh hưởng của Nho giáo nên cũng trọng hiếu thảo với cha mẹ, trọng nam khinh nữ nhưng nền tảng văn hóa bản địa của Việt Nam là văn hóa dân chủ làng xã, đậm tính mẫu hệ, coi trọng phụ nữ nên lối sống gia đình người Việt xuề xòa, ít quy tắc lễ nghi và sự bất bình đẳng giới không quá nặng nề. Với văn hóa ở khu vực quê hương của nhiều cô dâu Việt (đồng bằng sông Cửu Long thuộc Tây Nam bộ Việt Nam) thì sự cởi mở, xuề xòa, tự do phóng khoáng còn đậm nét hơn. Các cô dâu Việt

또한, 한-베 결혼 당사자들이 부부가 되기 위해 법적 절차를 신속히 이행하고 있지만 실제로 그들이 상호 이해를 할 수 있는 시간이 너무나 짧고 의식주 습관이 서로 다른 환경 속에서 성장해 왔고, 특히 남편과 아내 간의 거의 한 세대 가량 차이가 나서 부부 간의 화합을 이루어 나가는 것은 상호 문화적인 이질성으로 인해 더욱 어려워지는 것이다.

그 외에 오늘날 한국 사회는 다문화 사회로 변해 왔지만 지난 역사 속에 한반도에 거주해 온 민족은 유일한 한 민족만 있었다. 그러므로 한국 문화에는 단일민족·단일문화 특징이 현저한 것이 특징이지만 다문화의 특징은 국제화 시대에 주로 국제 결혼 및 경제, 문화교류협력으로 인하여 형성된 것으로, 형성된 지 얼마 되지 않은 관계로 한국 문화의 정체성 밖에 존재한다. 현재도 한국 사회는 여전히 단일문화가 주도적이다. 때문에 한국인의 입장에서 본다면 한국으로 이민을 오는 당사자들이 한국 문화의 모든 요소에 적응해야 한다는 것은 당연한 메시지이다.

단일민족이란 자존심이 한국인의 인식 속에 뿌리를 깊이 내렸기 때문에 한국인들은 한국보다 저개발된 국가에서 온 이민자와 신부들 물론 심지어 이런 다문화가정에서 태어난 아이들을 대하여 편견을 가지고 불평등하게 대하는 태도를 지닌다. 한국으로 결혼 이민을 오는 여성들에게는 아내, 며느리와 어머니의 역할이 지나치게 강조되어 있는 반면 그들의 개인적인 권리나 행복은 별로 중요하지 않은 것으로 간주되고 있는 것 같다. 이런 불평등과 편견이 문화적 잠재의식 속에 있어서 현재도 한국 사회에서 벗어나기란 쉽지 않다. 분명한 것은 사회 편견도 커다란 깊은 과제이기도 하고 이는 다문화가정들이 깨달아서 마음의 준비를 단단히 해야 하고, 특히 자기의 가치, 가족의 가치에 대한 인정을 받아 상처를 받지 않도록 노력 하는 것이 필요하다.

가정은 사회의 기본 세포라서 가정의 역할들이 긴밀한 상호 연관성이 있으므로 한가지 역할이 잘 수행되지 않는다면 다른 역할에 소극적인 영향을 미칠 수도 있을 것이다. 그래서 가정 구성원들이 부부 사이뿐만 아니라 부모, 형제, 친척의 혈통 관계 및 사회의 공동체와의 상호 관계를 유지해야 할 필요성이 있다. 한국 문화와 베트남 문화는 가족, 친척관계를 한결같이 중시

ra đi từ khu vực này rất ít có thói quen chịu áp chế, phục tùng tuyệt đối. Họ không quen lễ nghi và cũng không có ý thức về sự quan trọng của lễ nghi ứng xử gia đình.

Hơn nữa, tuy các đối tượng kết hôn Hàn-Việt mau chóng làm thủ tục pháp lý để trở thành vợ chồng nhưng trên thực tế đó là các cá thể chưa có thời gian quen biết nhau, lớn lên và trưởng thành với nhiều thói quen sinh hoạt ăn, ngủ, nghỉ ngơi khác nhau, nhất là khi người chồng lại ở độ tuổi cách người vợ gần một thế hệ thì việc tạo dựng được sự hòa hợp thực sự giữa hai vợ chồng vốn đã khó lại càng khó hơn trong các điều kiện khác biệt về văn hóa như vậy.

Bên cạnh đó, mặc dù xã hội Hàn Quốc hiện nay đã trở thành xã hội đa văn hóa nhưng trong suốt chiều dài lịch sử, trên lãnh thổ Hàn Quốc chỉ duy nhất có dân tộc Hàn sinh sống. Vì vậy, đối với văn hóa Hàn, đơn dân tộc dân tộc, đơn văn hóa là đặc điểm nổi bật, còn đa văn hóa chỉ mới hình thành chủ yếu do hôn nhân xuyên quốc gia và các giao lưu hợp tác kinh tế văn hóa trong bối cảnh toàn cầu hóa nên vẫn ở ngoài bản sắc văn hóa Hàn Quốc. Xu hướng ứng xử chủ đạo trong xã hội Hàn hiện tại vẫn là xu hướng đơn văn hóa. Với người Hàn thông điệp yêu cầu người di trú phải thích nghi với mọi yếu tố văn hóa Hàn là thông điệp đương nhiên.

Do hệ giá trị tự tôn về tính đơn văn hóa thuần Hàn ăn sâu trong tiềm thức nên người Hàn thường có định kiến và ứng xử bất bình đẳng với người nhập cư và với các cô dâu đến từ những đất nước nghèo hơn Hàn Quốc, thậm chí là cả với những đứa trẻ sinh ra trong các gia đình đa văn hóa này. Điều thường gặp đối với phụ nữ kết hôn di trú đến Hàn Quốc là nhiệm vụ làm vợ, làm dâu, làm mẹ bị đề cao quá mức còn quyền lợi hay niềm vui hạnh phúc của họ thì lại bị coi như không cần tính đến. Định kiến bất bình đẳng này nằm sâu trong tiềm thức văn hóa nên dù là ở thời kỳ hiện đại, xã hội Hàn Quốc vẫn không dễ dàng cởi bỏ. Rõ ràng là, định kiến xã hội cũng là một thách thức to lớn và sâu sắc mà các chủ nhân gia đình đa văn hóa phải ý thức được, phải chuẩn bị tâm lý và nhất là phải phấn đấu khẳng định được giá trị của mình, của gia

하게 여겨서 결혼할 때부터 가정을 구성할 때까지 그리고 자식을 낳으면서 더욱 그 관계망을 굳건히 유지할 뿐만 아니라 더욱 확대시킬 필요가 있다.

그러므로 가정의 기능을 수행하기 위해 이런 관계의 상합(相合)을 유지하여 충돌과 대립을 방지하고 안정균형을 유지하는 것이 굳건한 발전에 가장 중요한 토대이자 모든 가정들이 넘어가야 할 시련이다. 그러나 다문화가정의 경우에는 문화적인 이질성으로 인해서 갈등이 자주 발생하는데, 당사자들이 갈등을 완화하거나 조절시킬 수 있는 언어소통이 잘 안 되고 심지어 오해로 본인에게 상황이 악화될 수 있는 상황에서 그 시련은 더욱 심화되고 있는 것이다.

그래도 다른 선택을 할 가능성이 아주 작으며 한-베 국제결혼 당사자들이 대부분 빈곤층에 속하며 농촌에서 살고 있으므로 일상생활에 의사소통을 하고 일하기 위해 외국어를 공부해서 그 외국어에 능숙해지는 것은 사실 그들의 능력 밖의 일이다. 한-베 가정을 구성할 때 당사자들이 의사소통에 필요한 언어 능력이 부족한 상태에도 불구하고[6] 사후 조절하기를 바란다. 그렇지만 모든 한-베 다문화 가정들이 이런 조절을 하는 데 있어서 모두 다 성공하는 것은 아니다. 이는 즉 한-베 다문화가정에 속한 소가족, 대가족, 친척의 관계망과 다른 모든 사회적 관계로 하여금 상호 연결, 상합, 균형을 유지하며 문화적 충돌을 감소시키는 데에 기본적인 조건을 이루지 못하게 한다. 언어에 능숙하지 못한 베트남 신부들의 자식이 한국어로만 대화하고 한국인의 사회에서만 생활하는 상태에서 그들이 취직을 하기도 어렵고 자식을 양육하는 어머니의 역할을 잘 수행하기도 어렵다.

이는 한국 사회에 통합해 나가는데 있어서 한국 사회의 이민자에 대한 편견 및 차별로 인해 생기는 도태의 저항력으로 극복해 나가야 할 강한 내력이 필요한 한-베 다문화가정으로 하여금 사회의 연약한 세포가 되게 하고 있다.

---

6 2014년 4월 1일로부터 한국 사법협회의 규제에 따르면 한국으로의 결혼이민 사증은 토픽 1급 자격증 또는 토픽 1급 자격증과 같은 효력을 가진 규정에 따른 자격증을 취득한 대상을 위해서만 발급된다는 것이다. 그러나 이런 한국어 수준은 최소한 수준이지 다문화가정을 위한 의사소통을 하기에 보장되지 않는다.

đình mình để tránh bị tổn thương.

Gia đình là tế bào cơ sở xã hội, các chức năng của gia đình có mối quan hệ với nhau rất chặt chẽ nên nếu một chức năng không được thực hiện tốt thì cũng sẽ tác động tiêu cực đến các chức năng khác. Vì vậy nó luôn đòi hỏi các chủ thể thiết lập gia đình phải duy trì được quan hệ tương hợp không chỉ giữa hai vợ chồng mà còn với một mạng lưới quan hệ ruột thịt: cha mẹ, anh em, họ hàng, rộng hơn là cả với cộng đồng dân cư trong xã hội. Văn hóa Hàn và văn hóa Việt đều coi trọng các mối quan hệ gia đình, dòng họ do đó từ hôn nhân đến gia đình, khi con cái ra đời, mạng lưới quan hệ ấy không những cần củng cố mà còn cần mở rộng.

Vì vậy việc giữ được sự tương hợp trong các mối quan hệ đó, tránh được xung đột, va chạm, tạo được sự cân bằng bình ổn để thực hiện các chức năng gia đình là nền tảng quan trọng nhất cho sự phát triển bền vững và đó cũng luôn là thách thức mà mọi gia đình phải vượt qua. Tuy nhiên với gia đình đa văn hóa thì thách thức đó trở nên đặc biệt cam go bởi vì trong điều kiện các va chạm do khác biệt văn hóa thường trực nảy sinh như vậy thì họ không đủ ngôn ngữ để giải tỏa và điều chỉnh, thậm chí các hiểu lầm có thể còn làm cho tình huống trở nên xấu hơn.

Mặc dù vậy, thực tế rất khó có lựa chọn khác vì đa số các đối tượng kết hôn Hàn-Việt đều thuộc tầng lớp nghèo và sinh sống ở nông thôn, việc học tập và làm chủ một ngoại ngữ để giao tiếp hay làm việc trong đời sống thường nhật là nằm ngoài khả năng của họ. Khi thiết lập hôn nhân Hàn-Việt họ chấp nhận tình trạng thiếu ngôn ngữ giao tiếp với nhau[6] và hy vọng sẽ điều chỉnh sau. Nhưng không phải gia đình đa văn hóa Hàn-Việt nào cũng có thể điều chỉnh

---

6 Từ 1.4.2014 trở đi theo quy định của hội tư pháp Hàn Quốc thì visa kết hôn vào Hàn Quốc cho người nước ngoài chỉ cấp cho đối tượng đạt chứng chỉ thi Topik 1 hoặc các chứng chỉ theo quy định có trình độ tương đương Topik 1. Tuy nhiên trình độ ngôn ngữ này vẫn chỉ là tối thiểu, chưa đảm bảo đủ giao tiếp cho gia đình đa văn hóa.

그래서 실제로 한-베 국제결혼의 발전 과정과 더불어 가슴이 아픈 비극적인 사건과 결혼이 파국에 이르는 사건들도 동시에 일어나고 있다. 그 사실은 아래의 그림을 통해 알 수 있다.

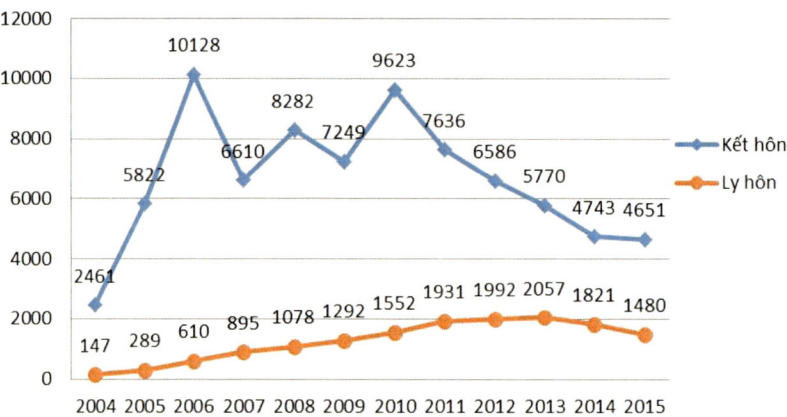

그림1: 한-베 다문화가정의 혼인과 이혼의 추이 (2004-2015).

출처: 문홍안: "한국 법정을 통해 본 베트남결혼이주여성의 애환" (자료 출처).

thành công. Điều này khiến cho mạng lưới quan hệ gia đình nhỏ, gia đình lớn, họ hàng và tất cả các quan hệ xã hội khác của gia đình đa văn hóa Hàn-Việt thường thiếu điều kiện cơ bản để kết nối, tương hợp, cân bằng và giảm va chạm văn hóa. Không đủ ngôn ngữ, các cô dâu Việt khó có cơ hội tìm kiếm việc làm, khó có thể đảm nhiệm tốt vai trò làm mẹ, nuôi dưỡng giáo dục con cái khi mà con cái của họ chỉ nói tiếng Hàn và sinh hoạt trong xã hội người Hàn.

Điều này dễ khiến cho gia đình đa văn hóa Hàn- Việt trở thành tế bào xã hội yếu ớt, trong khi nó lại rất cần một nội lực mạnh mẽ để có thể hội nhập và vượt qua các lực cản đào thải từ định kiến kỳ thị người di cư của xã hội Hàn Quốc.

Do vậy trên thực tế các bị kịch đau lòng và sự đổ vỡ hôn nhân cũng đã diễn ra song hành với quá trình phát triển của hôn nhân Hàn-Việt. Chúng ta có thể thấy điều đó trong biểu đồ sau:

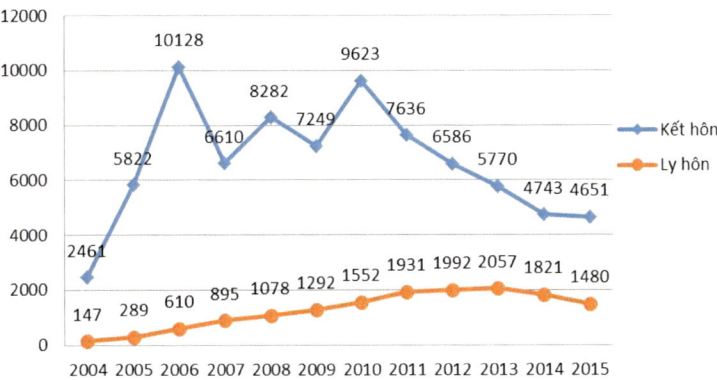

Biểu đồ 1: *Sự biến đổi trong kết hôn và ly hôn của gia đình đa văn hóa Hàn-Việt từ năm 2004-2015.*

Nguồn: Moon Heung Ahn: *"Pháp luật Hàn Quốc và thăng trầm của phụ nữ Việt Nam di trú kết hôn"* (Tài liệu đã dẫn).

그럼에도 한-베 다문화 결혼이 활발하게 증가하고 있는 것이 현실이다. 한편으로, 한국과 베트남의 내재적 발전 과정의 결과로 인해 생겨난 한-베 다문화 결혼은 도덕적 문제나 개인적 의지일 뿐만이 아니라 실제적인 요구 사항이 된 사회적 문제이다. 다른 한편으로는 한-베 다문화 결혼은 양 국가 간의 문화적인 유사점은 물론 한국 과 베트남 정부의 적극적인 지원을 받게 된 것은 한-베 관계의 아름다운 발전에 기인한 것이다.

한-베 다문화 결혼이 그런 발전을 이뤄낼 수 있었던 것은 먼저 한-베 관계가 양과 질적으로 신속히 발전을 해 왔기 때문이다. 1992년도부터 한-베트남 외교관계는 일반적 협력동반자관계에서 2001년에 '21세기 전면적 협력 동반자', 그리고 2009년부터 현재까지 '전략적 협력 동반자' 관계로 격상되었다. 이런 전략적 관계는 정치, 경제, 문화·사회, 국방·안보, 교육·훈련, 과학·기술의 분야에서부터 민간교류까지 감명 깊은 통계자료로 잘 알 수 있다. 또한, 그 동안 한-베 관계의 독특한 점은 외교적인 관계와 일반적인 교류에만 머무르지 않고 양 국가의 문화적인 특성 및 유사점이 많은 친밀한 관계 속에서 열정적이며 따뜻한 마음에서 발전해 왔다는 점이다.

그런 특별한 관계를 바탕으로 한-베 다문화가정이 형성되었고 실제로 양국 정부로부터 여러 면에서 지원을 받게 되었다. 혼인 당사자들에게 결혼을 할 수 있도록 법적 절차를 이행할 수 있고 또한 한국에서 한-베 다문화가정의 적응과 발전을 위해 유리한 조건이 마련되었다.

Mặc dù vậy, có một thực tế là hôn nhân Hàn-Việt đã và vẫn phát triển mạnh. Một mặt, nó nảy sinh từ hệ quả phát triển nội tại của Hàn Quốc và Việt Nam nên đó không phải chỉ là vấn đề của đạo đức hay ý muốn cá nhân mà đó là một vấn đề xã hội, một nhu cầu có thực của xã hội. Mặt khác, hôn nhân Hàn-Việt được đặt trên những thuận lợi của tương đồng văn hóa và sự phát triển tốt đẹp của quan hệ Hàn-Việt với những hỗ trợ tích cực của chính quyền các bên, đặc biệt là phía Hàn Quốc.

Hôn nhân Hàn-Việt có thể phát triển như vậy trước hết là nhờ sự phát triển mạnh mẽ, nhanh chóng của quan hệ Hàn-Việt. Từ năm 1992 mở đầu bằng quan hệ đối tác thông thường, đến năm 2001 đã được nâng lên thành *"đối tác toàn diện trong thế kỷ XXI"* và từ năm 2009 đến nay đã phát triển thành *"đối tác chiến lược"*. Tính chiến lược của mối quan hệ này thể hiện rõ ở sự phát triển năng động và hiệu quả trong nhiều lĩnh vực hợp tác từ chính trị, kinh tế, văn hóa-xã hội, an ninh-quốc phòng, giáo dục-đào tạo, khoa học-công nghệ đến giao lưu nhân dân với những số liệu minh chứng đầy ấn tượng. Hơn nữa, điều đặc biệt của mối quan hệ Việt-Hàn trong thời gian qua là ở chỗ nó thường không chỉ dừng lại ở khoảng cách đối ngoại, lịch sự thông thường mà luôn thấm đẫm lòng nhiệt thành, sự nồng hậu của mối quan hệ thân thiết vốn nằm trong đặc điểm giàu tính nhân bản, giàu tính tương đồng của hai nền văn hóa.

Trên nền tảng của mối quan hệ đặc biệt đó, hôn nhân và gia đình đa văn hóa Hàn-Việt nảy sinh và trên thực tế đã được chính phủ hai quốc gia hỗ trợ nhiều mặt. Các đối tượng kết hôn được tạo những điều kiện thuận lợi tiến hành các thủ tục pháp lý để xác lập hôn nhân, cũng như các điều kiện hội nhập và phát triển cho gia đình đa văn hóa Hàn-Việt tại Hàn Quốc.

한국 정부의 지원은 다문화가정 형성 단계와 다문화가정 지원 단계, 두 개의 단계로 나누어진다. 한국정부는 한국 결혼 중개업체의 결혼 중개 사업을 건전화하기 위해 결혼 중개에 관한 법률을 제정하고 여러 차례 조정 과정을 거쳐서 관리를 강화하며 이를 통해 한-베 국제결혼을 비롯한 다문화결혼의 질이 낮은 서비스로 인한 높은 위험성을 감소시키고, 한국으로 이민을 가기 전후에 베트남 신부들을 위해 베트남과 한국에서 무상으로 한국어 교실을 지원해 주며, 외국인 신부들이 있는 한국의 각 지방에는 다문화 가족을 위해 법적 심리적 지원 및 한국어 보급을 목적으로 상담소와 긴급 비상용 직통 전화가 설치되어 있다. 또한 외국인 신부와 다문화가정 아동들의 사회적응이나 사고 혹은 어려움을 겪을 경우 등 이들을 지원해 주기 위한 개인적 자원봉사 사업과 비영리 단체의 자원봉사 사업이 활발하게 이루어지고 있다.

문화적인 측면에서 가족의 정을 비롯한 정을 소중히 여기는 특징이 깊은 유사점은 한-베 결혼 당사자들 사이에 유대감이 형성되게 해 주었다. 양국의 문화에 가장 보편적인 관념은 결혼이 가족의 행복인 것으로 보이며, 결혼은 인생의 당연한 일이며 결혼을 안 하기로 하건 결혼을 못하건 다 불행한 사람으로 보고 낮은 평가를 받을 수 밖에 없다는 것이다. 한국가정의 경우에는 조상을 계승해서 부모와 조상에게 효도하기 위해 자식을 낳아야 한다는 혈통을 소중히 여기는 이유가 국내에서 배우자를 찾을 수 있는 기회가 없기 때문에 외국에서 배우자를 찾아야 한다는 것이 국제결혼의 가장 중요한 동력 중에 하나이다. 이는 결혼당사자 뿐만 아니라 온 가족의 절박한 요구이기도 한다. 이는 양국의 결혼당사자들이 다문화가정을 이루어 행복을 추구하려고 어려움을 극복해 낼 수 있는 유리한 계기가 되었다.

Các giải pháp hỗ trợ của chính phủ Hàn Quốc chia làm hai giai đoạn. Giai đoạn thiết lập hôn nhân và giai đoạn hỗ trợ gia đình đa văn hóa. Chính phủ Hàn Quốc đã thiết lập và nhiều lần điều chỉnh hoàn thiện Luật về môi giới hôn nhân theo hướng siết chặt quản lý để lành mạnh hóa hoạt động môi giới hôn nhân của các công ty môi giới Hàn Quốc, giúp cho hôn nhân đa văn hóa trong đó có hôn nhân Hàn-Việt giảm thiểu việc tiếp nhận dịch vụ chất lượng thấp mang tính rủi ro cao. Chính phủ cũng hỗ trợ các lớp dạy tiếng Hàn miễn phí tại Việt Nam và tại Hàn Quốc cho cô dâu Việt trước và sau khi đến Hàn Quốc. Ở tất cả các địa phương tại Hàn Quốc có cô dâu nước ngoài cư trú đều có các Trung tâm tư vấn và đường dây nóng để hỗ trợ về pháp lý, tâm lý và dạy tiếng Hàn cho gia đình đa văn hóa. Ngoài ra, còn có nhiều hoạt động từ thiện của các cá nhân và các tổ chức phi chính phủ hỗ trợ các cô dâu ngoại quốc, trẻ em trong gia đình đa văn hóa trong các nỗ lực hội nhập hoặc hỗ trợ gia đình đa văn hóa khi gặp rủi ro, hoạn nạn v.v...

Về văn hóa, sự tương đồng sâu sắc trong tính cách trọng tình, đặc biệt là tình cảm gia đình đã đưa các đối tượng kết hôn Hàn-Việt đến gần nhau. Ở cả hai nền văn hóa, quan niệm phổ biến nhất vẫn là: có gia đình = hạnh phúc, lấy vợ lấy chồng là một việc tất yếu của đời người, những người không thực hiện hoặc không thực hiện được điều đó đều bị xem là bất hạnh và bị đánh giá thấp. Với các gia đình Hàn Quốc, việc coi trọng huyết thống, cần phải có con cái để nối dõi tông đường, để báo hiếu cha mẹ, tổ tiên là một trong những động lực quan trọng nhất để tìm kiếm người bạn đời ở nước ngoài của một bộ phận nam giới Hàn không đủ điều kiện tìm bạn đời trong nước. Điều này trở thành một nhu cầu bức xúc không phải chỉ của cá nhân đối tượng kết hôn mà còn là của cả gia đình dòng họ của đối tượng. Đó là động cơ thuận lợi khiến cho các đối tượng kết hôn ở hai quốc gia vượt khó để tìm kiếm hạnh phúc trong việc thiết lập gia đình đa văn hóa.

유교를 수용함으로 해서 양국 국민들이 상황에 맞게 변형시킨 인, 의, 충, 효 등 유교적 가치관은 한국과 베트남의 전통적인 도덕 기준이 되었다. 이와 마찬가지로 불교적 선악, 인과응보 윤회 가치관도 수 천 년에 걸쳐 양국 문화에 수용되어 인간성이 풍부한 양국 문화의 본색을 짙게 만들었다. 따라서 한국인과 베트남인이 열렬하고 따뜻하고 열정적인 감정 및 불우한 이웃을 감싸고 돌보는 인간적인 속성을 지니고 있다. 그럼으로 한국인과 베트남인은 서로 마음 속 깊은 곳에서 친근함이 느껴진다. 의향이 없었다고 하더라도 인본적인 속성, 가족의 애정에 대한 무의식적인 감각과 피부색, 머리색, 눈동자 색에 대한 외모 동질성은 한-베 국제결혼이 높은 비율, 심지어 한국에서 가장 높은 비율을 차지할 수 있게 된 설득력이 있는 원인이기도 한다.

그 외에 한국의 가부장적인 문화적 특징은 윗사람의 압제하에 아랫사람이 복종해야 하는 반면, 윗사람은 아랫사람을 감싸고 배려해야 하는 책임이 있다. 따라서 베트남 신부들이 한국 문화를 잘 이해하고 한국말을 할 줄 알고 남편, 시댁 식구들과 잘 어울리며 자식을 낳아 같은 혈통이 이루어지며 자기의 역할, 가치와 적응 능력에 대한 인정을 받게 되면 남편과 시댁 식구들의 사랑과 보호를 받는 동시에 한국 사회의 편견을 이겨낼 수 있을 것이다. 현재 양국의 의식과 행동에 대한 노력을 통해 행복을 추구하고 한국사회에 적응하기 위한 베트남 신부들의 성공 사례가 여러 가지 면에서 증가하고 있다.

Cùng chịu ảnh hưởng Nho giáo nên các quan niệm *nhân, nghĩa, trung, hiếu* đều được cư dân hai quốc gia tiếp nhận sâu sắc và biến đổi phù hợp để trở thành chuẩn mực đạo đức truyền thống của Hàn Quốc và Việt Nam. Cũng như vậy các triết lý *thiện-ác, nhân-quả, luân hồi* của Phật giáo đều thấm vào hệ giá trị đạo đức của văn hóa hai bên trong hàng ngàn năm và đã góp phần củng cố bản sắc giàu tính nhân văn vốn có của hai nền văn hóa. Chính vì vậy người Hàn và người Việt đều có tính cách nồng hậu, ấm áp tình người, sẵn sàng chia sẻ cho những người có hoàn cảnh khó khăn hơn mình. Do đó từ trong sâu thẳm của tấm lòng, người Hàn và người Việt có cảm thức gần gũi. Dù không có định hướng nhưng sự cảm nhận vô thức về tính nhân bản, về tình cảm gia đình cùng với sự khá tương đồng về hình thể, màu da, màu tóc, màu mắt là một lý do thuyết phục khiến cho hôn nhân Hàn-Việt chiếm một tỷ lệ cao, thậm chí là cao nhất tại Hàn Quốc.

Ngoài ra, văn hóa tôn ty gia trưởng của Hàn Quốc không chỉ có chiều cạnh người trên áp chế đòi hỏi người dưới phục tùng mà còn có một chiều cạnh khác là trách nhiệm bao bọc, che chở của người trên với người dưới. Do đó nếu cô dâu Việt hiểu được văn hóa Hàn Quốc, nói được tiếng Hàn, ứng xử hòa nhập được với chồng và gia đình chồng, hòa chung huyết thống trong con cái, chứng tỏ được vai trò và giá trị cũng như khả năng hội nhập của mình thì họ cũng thường nhận được tình yêu thương, đùm bọc thấm đẫm nhân bản của chồng và gia đình chồng, đồng thời có thể vượt lên được các định kiến của xã hội. Hiện nay với nhiều nỗ lực mới về nhận thức và hành động của cả hai phía thì những tấm gương thành công ở nhiều mức độ của các cô dâu Việt trong việc kiếm tìm hạnh phúc gia đình và hội nhập xã hội ở Hàn Quốc đang ngày càng trở nên phổ biến hơn.

고색이 창연한 문화역사의 발전 과정에서 양 국가 국민들의 초자연 세계에 대한 신념이 상당히 다양하며 서로 동일하다. 자연계의 모든 사물에는 영적·생명이 있다는 애니미즘에서 비롯된 양국 사람들의 초자연에 대한 신념은 태아, 출생, 성년, 혼인, 사망 등 많은 단계를 겪는 생애 동안 존재한다. 그 신념은 가정, 가족, 국가의 조상, 마을과 국가의 영웅, 인간의 생활, 직업, 돈, 안정을 보호해 주는 신 등 초자연 세력에 향한다. 여러 가지 신앙 형태 중 한국인과 베트남인의 신앙 생활에 조상숭배 신앙은 초자연적인 세계에 대한 신념의 발생 기원과 본질, 문화생활의 영향력과 오랫동안 지속되어온 역사과정이 유사하다.

한국과 베트남의 사회는 모두 모두 음양, 오행의 영향을 오래전부터 받아 왔다. 방향, 색깔, 냄새, 계절 등에 대한 음양오행 관념의 거의 모든 원리를 잘 받아왔다. 문화생활의 의학 (동의), 풍수 (살아있는 사람의 생활 공간 (집), 죽은 사람(묘); 시간계산 (간-지 달력); 음식, 의상, 생활 예식 (임신, 혼례, 장례); 운세 (팔괘에 따라), 예술 (음악), 색 (회화, 장식) 중요한 많은 분야에서 음양오행 원리를 응용한다. 신앙과 음양오행 관념의 유사성을 바탕으로 한-베 다문화가정 구성원들의 영적인 생활에 심도와 공감의 토대가 형성되어 일상생활, 명절, 혼례, 장례 등의 풍습, 습관을 이행하는 것이 한-베 다문화가정 구성원들에 맞게 이질감이나 어려움이 없이 이루어지게 되었다.

Cùng với chiều dài cổ kính của lịch sử văn hóa, niềm tin vào thế giới thiêng của cư dân hai quốc gia là khá phong phú và đồng dạng. Trên nền tảng của niềm tin mọi vật đều có linh hồn, niềm tin vào thế giới thiêng của cư dân Hàn Quốc và Việt Nam đều trải dài theo vòng đời con người, từ lúc còn trong bụng mẹ đến lúc ra đời với các dấu mốc trưởng thành, kết hôn, tang ma v.v... Niềm tin ấy hướng vào thế giới thiêng của cội nguồn cha ông, dòng tộc, quốc gia, làng xã, các vị anh hùng dân tộc, các vị thần thánh bảo hộ nghề nghiệp, đời sống, tiền bạc và sự bình an của cuộc đời con người. Trong các hình thức tín ngưỡng đó thì sự tương đồng về *tín ngưỡng thờ cúng tổ tiên* trong đời sống tâm linh của người Hàn và người Việt là một sự tương đồng có chiều sâu về nguồn gốc nảy sinh, về bản chất niềm tin và về tầm ảnh hưởng đến đời sống văn hóa và cả độ bền vững lâu dài trong lịch sử.

Hàn Quốc và Việt Nam đều tiếp nhận ảnh hưởng của âm dương ngũ hành từ rất sớm. Cùng tiếp nhận hầu như toàn bộ các quan niệm trong âm dương ngũ hành về phương hướng, màu sắc, mùi vị, các mùa trong năm v.v... Cùng vận dụng các nguyên lý vận hành của âm dương ngũ hành vào nhiều lĩnh vực quan trọng trong đời sống văn hóa như: *y học* (Đông y); *phong thủy* (tổ chức không gian cho người sống (nhà cửa) và cho người chết (mồ mả); *tính thời gian* (lịch can-chi); *ẩm thực, trang phục, nghi lễ vòng đời* (mang thai, hôn lễ, tang ma); *bói toán,* các *nghệ thuật thanh sắc* (âm nhạc, hội họa, trang trí) v.v... Sự tương đồng trong tín ngưỡng và trong quan niệm về âm dương ngũ hành như vậy đã tạo nên độ sâu và một mặt bằng đồng cảm trong đời sống tâm linh của các thành viên trong gia đình đa văn hóa Hàn-Việt, khiến cho việc thực hành các phong tục tập quán trong đời sống hàng ngày, trong lễ tết, hôn lễ, ma chay vv..trở nên thuận chiều, ít gây ra sự xa lạ hay khó khăn cho các đối tượng trong gia đình đa văn hóa Hàn-Việt.

한국과 베트남의 종교적 유사성이 무교인 사람이 사회의 높은 비율을 차지하고 있는 것이다. 한국의 2005년 통계에 따르면 무종교인 사람은 2천백86만5천160명이며 인구의 46.7%를 차지했다[7]. 베트남의 2009년 통계에 따르면 무종교인 사람은 인구의 81%를 차지했다[8]. 나머지 인구는 다른 종교들 따르고 있는데도 양 국가의 종교생활은 평화하고 융합성이 돋보이며 종교적 극단주의나 충돌이 없는 것으로 보인다. 한국과 베트남 문화의 종교적 개방성, 유연성과 관용성이 양 국 국민에게 심령생활 속의 운행이자 한-베 다문화가정들에게 심령생활의 운행이다.

한국과 베트남의 수도작 농사 경제와 자연 조건에 대한 동질성을 바탕으로 양 국가의 식문화와 식량, 식품이 상당히 유사하다. 쌀 (찹쌀, 멥쌀)과 쌀밥, 찹쌀밥, 과자, 국수, 면 등 쌀로 만들어지는 식품은 주식이며 수 천년에 거쳐 양 국가의 일상밥상과 명절에 늘 차려 놓는 음식이 되었다. 한국과 베트남의 식문화에 다 '밥상'이라는 표현이 있는데, 이는 실제로나 의식적으로나 밥 (쌀)이 양 국가의 식량, 식품의 대표적인 존재이다. 쌀 이외에 여러 가지의 완두류 (녹두, 팥, 흰콩, 검은 콩, 대두, 땅콩, 깨...), 고구마 (고구마, 토란) 등은 양국의 기본적인 식량이다. 콩이 쌀 (멥쌀, 찹쌀)과 섞어서 떡, 베트남식 팥빙수 째 (che), 죽, 찹쌀밥 등 한국과 베트남 설날, 명절의 대표적인 음식으로 만들어진다. 채소 (양배추, 상추...), 호박 (애호박, 호박), 박, 여주, 오이 등 여러 가지 식물; 파, 마늘, 고추, 생강, 레몬 등 양념류; 돼지, 소, 닭, 오리, 거위 등 가금류; 생선, 새우, 게, 굴, 조개, 오징어 등 해산물들은 베트남인과 한국인이 즐겨 먹는 식품들이다. 한국인과 베트남인이 젓가락과 그릇으로 식사하는 것이다. 식량, 식품의 이런 동질성은 다문화가정 구성원들이 일상생활에 식문화에 쉽게 적응하며 서로 어울리기 용이한 조건이 된다.

---

7 한국학 교재 집필진, 한국 현대사회, 국립하노이대학교 출판사, 2005

8 통계청, 2009년 인구조사 통계자료

Hàn Quốc và Việt Nam đều có chung một đặc điểm về tôn giáo là số người không tôn giáo chiếm số lượng lớn trong xã hội. Tại Hàn Quốc thống kê năm 2005 số người không tôn giáo là 21.865.160 chiếm 46,7% dân số[7]. Tại Việt Nam theo thống kê năm 2009 số lượng người không tôn giáo chiếm 81% dân số[8]. Phần dân số còn lại theo nhiều tôn giáo khác nhau nhưng đời sống tôn giáo ở cả hai quốc gia là hòa bình, dung hợp, không có cực đoan tôn giáo, xung đột tôn giáo. Tinh thần cởi mở mềm dẻo, khoan dung tôn giáo của văn hóa Hàn Quốc và Việt Nam thực sự là một may mắn cho đời sống tâm linh của cư dân hai quốc gia đồng thời cũng là may mắn cho đời sống tâm linh của gia đình đa văn hóa Hàn-Việt.

Trên cơ sở tương đồng về nền kinh tế trồng lúa nước và các điều kiện tự nhiên mà lương thực, thực phẩm chính để đảm bảo đời sống trong lĩnh vực ăn uống của Hàn Quốc và Việt Nam khá tương đồng. Gạo (nếp và tẻ) cũng như các sản phẩm chế biến từ gạo: cơm, xôi, bánh làm từ gạo (rất nhiều loại) bún, mì gạo v.v... là lương thực chính, có mặt trong bữa cơm hàng ngày cũng như trong lễ hội của cư dân hai quốc gia từ hàng ngàn năm nay. Bữa ăn ở hai bên đều được gọi là *"bữa cơm"*, nghĩa là trên thực tế và trong ý thức cơm (gạo) đại diện cho lương thực, thực phẩm của Hàn Quốc và Việt Nam. Ngoài gạo thì các loại đậu (đậu xanh, đỏ, trắng, đen, đậu tương, đậu phộng, vừng...) khoai (lang, sọ) cũng là những lương thực cơ bản trong thành phần lương thực của cư dân hai quốc gia. Các loại đậu kết hợp với gạo (tẻ, nếp) được chế biến thành rất nhiều loại bánh, chè, cháo, xôi v.v... đặc biệt là các món ăn trong lễ hội, tết của người Hàn, người Việt. Các loại rau xanh (cải, rau diếp), các loại bí (bí xanh, bí đỏ), bầu, mướp đắng, dưa leo v.v... Các loại rau gia vị: hành, tỏi, ớt, gừng, chanh v.v... Các loại thịt gia cầm như heo, bò, gà, vịt,

---

7 Ban Biên soạn Giáo trình Hàn Quốc học: *Xã hội Hàn Quốc hiện đại*, nhà xuất bản Đại học Quốc gia Hà Nội 2005.

8 Theo Tổng cục thống kê: Số liệu điều tra dân số năm 2009.

양국의 문화가 한-베 국제결혼과 다문화가정의 구성 및 발전과정에 동행해 온 것은 분명한 것이다. 그 중에 문화적인 유사점으로 인해 결혼 당사자들 간의 거리감이 줄며 친근함이 느껴진다 하면 문화적인 차이점 때문에 문화적 충돌이 쉽게 발생한다. 여기서 상대방의 문화를 잘 이해하며 존중해야 하고, 가정의 행복한 삶과 사회의 굳건한 발전을 위해 화합을 이루고 어려움을 극복해야 할 필요성이 있다.

ngỗng v.v... Các loại thủy sản nước ngọt, hải sản như cá, tôm, cua, nghêu, ốc, mực v.v... đều là thực phẩm quen thuộc của hai quốc gia. Người Hàn và người Việt đều dùng đũa và ăn cơm trong bát. Những tương đồng rộng rãi về lương thực thực phẩm như vậy là điều kiện thuận lợi để các thành viên của gia đình đa văn hóa có thể thích nghi và dễ dàng hòa hợp ẩm thực hơn trong đời sống thường nhật.

Rõ ràng là, văn hóa của hai quốc gia đã đồng hành với sự nảy sinh phát triển của hôn nhân và gia đình đa văn hóa Hàn-Việt. Trong đó nếu các đặc trưng tương đồng đã kéo các đối tượng kết hôn đến gần nhau, tạo ra cảm thức gần gũi thì các đặc trưng khác biệt rất dễ gây nên các va chạm văn hóa. Ở đây cần một sự thấu hiểu và tôn trọng văn hóa của nhau, chủ động xây dựng sự hòa hợp để vượt qua khó khăn, tạo dựng hạnh phúc cho gia đình và sự phát triển bền vững cho xã hội.

숙지사항:

한-베 국제결혼의 선택권이 한국과 베트남 법률에 따라 인정을 받게 된 개인적 선택권이다. 한국 사회에 정착할 수 있도록 한-베 국제결혼 및 다문화가정을 구성하게 되면 삶을 변화시킬 수 있는 기회가 주어지는 것은 확실한데 다문화가정의 지역사회 융화와 지속적인 발전에 관한 과제가 여간 어렵지 않다. 혼인이 인생의 소중한 일이라서 결정을 내리기 전에 진지하게 고려하고 신중하게 생각해야 할 필요가 있다. 한-베 국제결혼을 할 경우에 능동적으로 선택하고 준비할 수 있게 유리한 점과 어려운 점을 잘 파악해야 한다.

1. 기회와 유리한 점
- 한국과 베트남 간의 지속적인 큰 발전을 바탕으로 국제결혼과 다문화가정 구성에 대한 양국의 법률을 잘 준수하면 도움과 지원을 받을 수 있다.
- 현재 한국의 베트남인 공동체가 15만명으로 크게 발전되었으며 그 중 베트남 신부들이 큰 비율을 차지하고 있다. 지난 20년에 걸쳐서 발전해 온 한국 내 한-베 다문화가정들이 쌓아 온 성공 사례와 실패 사례를 경험으로 삼고 숙지할 수 있다.
- 양국의 문화 속에 심령생활에 관한 동질성이 많아 식문화, 풍습, 습관, 명절 등이 서로 유사하다.

2. 과제
- 가정에서 화합한 관계를 조정하고 한국 사회에 융화하는 데에 있어서 의사소통을 위한 언어구사 능력 부족이 베트남 신부들에게 가장 어려운 과제이다. 이는 한-베 국제결혼에 있어 성공을 이룩할 수 있는 선결요건이자 열쇠이다.
- 한국문화 속에는 위계질서, 예절이라는 특색이 있고 베트남 문화 속에는 단순하고 예절을 크게 중요하게 여기지 않음으로 한국에 있는 시댁 식구들과 같이 사는 베트남 신부들에게 충돌과 압박감을 쉽게 일으킬 수 있다.
- 한국보다 덜 발전된 후진국에서 이민한 신부들을 향한 한국사회의 불평등한 편견으로 인해 한-베 다문화가정들에게 상처를 줄 수 있다. 따라서 다문화가정 구성원들이 사회의 인정을 받고 편견을 극복하려고 많이 노력해야 한다.

부록 1참조 : 한국의 다문화 혼인 실태

Ghi nhớ:

Quyền lựa chọn hôn nhân đa văn hóa Hàn-Việt là quyền lựa chọn cá nhân được pháp luật Hàn Quốc và Việt Nam công nhận. Các cơ hội mở ra cho sự thay đổi cuộc sống khi thiết lập hôn nhân Hàn-Việt và xây dựng gia đình đa văn hóa để định cư tại Hàn Quốc là thực tế nhưng các thách thức cho việc hội nhập và phát triển bền vững gia đình đa văn hóa là to lớn và khó khăn. Hôn nhân là việc hệ trọng của đời người nên cần phải cân nhắc và suy nghĩ chín chắn trước khi quyết định. Cần phải hiểu rõ cả hai mặt thuận lợi và thách thức khi thiết lập gia đình đa văn hóa Hàn-Việt để có thể chủ động lựa chọn và chuẩn bị.

1. Cơ hội và thuận lợi:

- Quan hệ Việt-Hàn phát triển tốt đẹp và bền vững nên nếu tuân thủ đúng pháp luật của hai quốc gia trong việc thiết lập hôn nhân và gia đình đa văn hóa thì sẽ được giúp đỡ và hỗ trợ để thực hiện.

- Cộng đồng người Việt tại Hàn Quốc hiện nay đã khá phát triển đã có khoảng 150.000 người, trong đó cô dâu Việt chiếm một số lượng lớn. Các gia đình đa văn hóa Hàn-Việt tại Hàn Quốc đã có gần 2 thập niên phát triển nên đã có nhiều kinh nghiệm thành công và thất bại để học hỏi.

- Văn hóa hai quốc gia có nhiều điểm tương đồng trong đời sống và tâm linh nên thuận chiều trong các sinh hoạt ẩm thực, phong tục, tập quán, lễ tết v.v...

2. Thách thức

- Thiếu ngôn ngữ để giao tiếp và điều chỉnh các mối quan hệ tương hợp trong gia đình và hội nhập xã hội Hàn Quốc là thách thức lớn nhất của cô dâu Việt. Đây là điều kiện tiên quyết và là chìa khóa để đạt được thành công trong hôn nhân Hàn-Việt.

- Sự khác biệt trong đặc trưng văn hóa tôn ty, nhiều lễ nghi của Hàn Quốc với văn hóa dân chủ xuề xòa không coi trọng lễ nghi của Việt Nam dễ gây nên va chạm, gây áp lực lớn cho các cô dâu Việt sống trong gia đình chồng ở Hàn Quốc.

- Định kiến bất bình đẳng của xã hội Hàn với các cô dâu đến từ nước nghèo hơn Hàn Quốc dễ gây ra tổn thương cho gia đình đa văn hóa Hàn-Việt. Đòi hỏi các thành viên gia đình đa văn hóa phải có sự phấn đấu cao để khẳng định giá trị và vượt qua định kiến.

II. 혼인 준비과정

1. 배우자 구하기 및 선택

배우자 구하기 및 선택이 첫번째 단계인데 혼인의 성패를 좌우하는 결정적이고 기본적인 단계가 된다. 따라서 결혼중개업체를 통한 국제결혼의 위험성을 감소하기 위해 적극적이며 호의적인 태도 외에 신중하게 생각해야 한다. 다음과 같은 행동요령을 꼭 참고하는 것이 좋다.

1.1. 한국 남성

1.1.1. 해야 할 일

a) 신뢰성 있는 결혼중개업체를 선정해야 할 것임:
  + 한-베 국제결혼 중개 사업에 있어 신뢰성 있고 명백한 결혼중개 사업을 하고 법률을 준수하는 경험 많은 한국 결혼중개업체를 선택해야 한다.
  + 결혼중개 계약서 내용을 신중하게 확인해야 하며 필요시 서명하기 전에 변호사에게 의뢰를 해서 계약서 내용을 확인하도록 할 수 있다.
  + 인터넷으로나 지인의 소개로 상대방을 알게 되면 관련된 정보를 신중하게 검토해야 한다.
b) 본인과 관련된 정보, 서류를 제공하며 결혼 대상자의 정보를 요청해야 함
  + 한국 법률 규정에 따른 결혼중개업체나 중개인에게 인적 사항에 관한 정보를 준비하여 제공해야 한다. (1) 혼인상태 증명서, (2) 건강 진단서 (국제결혼용.에이즈, 성병, 정신과 포함), (3) 직업증명서, (4) 범죄경력조회 회보서.
  + 결혼중개업체나 결혼 대상자 (직접 만나는 경우)에게 결혼 대상자에 관한 정보를 공증되고 영사확인을 받은 서면으로

II. Chuẩn bị thiết lập hôn nhân

1. Tìm và lựa chọn đối tượng kết hôn

Tìm và lựa chọn đối tượng kết hôn là bước đầu tiên nhưng là bước quan trọng nền tảng quyết định thành bại của hôn nhân. Vì vậy để giảm thiểu rủi ro trong điều kiện hôn nhân qua môi giới, bên cạnh tích cực và thiện chí, bạn cần phải tỉnh táo, thận trọng. Bạn nên lắng nghe những tư vấn sau:

1.1. Phía đàn ông Hàn Quốc

1.1.1. Những việc nên làm

a) Nên lựa chọn hình thức môi giới đáng tin cậy:

+ Lựa chọn công ty môi giới ở Hàn Quốc có uy tín, hoạt động minh bạch, tuân thủ luật pháp, có nhiều kinh nghiệm môi giới hôn nhân Hàn-Việt.

+ Đọc kỹ hợp đồng môi giới, nếu cần thiết có thể nhờ luật sư xem xét hợp đồng và tư vấn trước khi ký.

+ Nếu tự quen biết qua internet hoặc người quen giới thiệu thì phải kiểm tra thông tin thận trọng.

b) Cung cấp giấy tờ thông tin của bản thân và yêu cầu thông tin của đối tượng kết hôn

+ Chuẩn bị và cung cấp đầy đủ thông tin cá nhân cho công ty hay người môi giới theo quy định của luật pháp Hàn Quốc, bao gồm: (1) Kinh nghiệm hôn nhân, (2) Tình trạng sức khỏe (đảm bảo không bị các bệnh suy giảm miễn dịch HIV/AIDS, bệnh lây nhiễm qua đường sinh dục, bệnh tâm thần), (3) Nghề nghiệp, (4) Lý lịch tư pháp.

+ Yêu cầu phía môi giới hoặc đối tượng kết hôn (nếu quen trực tiếp) cung cấp cho mình đầy đủ các thông tin như vậy về đối tượng kết hôn bằng hình thức văn bản, có xác nhận, được công chứng và đã hợp pháp lãnh sự.

요청해야 한다.
+ 법률 규정에 따른 위와 같은 인적 사항 외에 되도록 상대방의 가족 사정, 출산 건강 (임신 가능성) 또는 만성병, 신체 장애 (있는 경우) 등에 관한 정보를 알아보는 것이 좋다.

1.1.2. 하지 말아야 할 일

- 다문화 혼인을 자기의 욕구에 충족시키기 위해 물질로 해결하는 일로 여기지 말고 결혼 당사자들이 행복을 추구하기 위한 인생의 소중한 일로 삼아야 한다.
- 한국과 베트남 내 불법 결혼중개업체나 불법 중개인을 선택하지 말아야 한다.
- 어떤 결혼중개 형식이라도 말로만 하는 정보를 믿어서는 안 된다. 결혼 대상자에 관한 모든 정보는 충분히 제공되어야 하며 서류위조를 예방하기 위해 유관기관의 공증을 받고 영사확인을 받은 서면으로 확인되어야 한다.
- 법적 문서로 승인을 받은 혼인관계를 맺기 전에 결혼대상자의 과신감을 보고 이성 신체접촉을 해서는 안 된다.

1.2. 베트남 여성

1.2.1. 해야 할 일

- 신뢰성 있는 정보를 통해 한국 남성과 결혼하는 것의 유리한 점 및 어려운 점을 잘 파악하며 자기가 감당해낼 만한 능력이 있는지도 깊이 고려해 보고 한-베 국제결혼을 하기로 결정하기 전에 신중하게 살펴봐야 한다.
- 결혼중개업체에게 인적 사항에 관한 법률에 따라 규정된 충분한 정보를 준비하여 제공하며 결혼 대상자에 관한 충분한 인적 사항도 요청해야 한다. 법률에 따른 인적 사항 외에 가급적이면 부모가 있는지 없는지, 형제가 몇 명인지, 가족들과 같이 살고 있는지 따로 살고 있는지, 독립할 재정능력을 갖춰 있는지,

+ Ngoài các thông tin theo yêu cầu pháp luật nói trên, nếu có thể, nên tìm hiểu thêm thông tin về gia cảnh, về sức khỏe sinh sản (khả năng có con) hay bệnh mãn tính, khuyết tật (nếu có).

1.1.2. Những việc không nên làm

- Không nên coi hôn nhân đa văn hóa là việc bỏ tiền ra để giải quyết nhu cầu của bản thân mà phải coi đó là việc hệ trọng của đời người, mưu cầu hạnh phúc cho cả hai phía.
- Không nên lựa chọn công ty môi giới hay người môi giới bất hợp pháp tại Hàn Quốc hay Việt Nam.
- Không tin vào các thông tin chỉ qua lời nói dù dưới bất kỳ hình thức môi giới nào. Các thông tin về đối tượng kết hôn phải đầy đủ và được xác thực bằng văn bản của các cơ quan có thẩm quyền và phải được hợp pháp lãnh sự để tránh giả mạo.
- Không lợi dụng sự nhẹ dạ của đối tượng để tiếp xúc thân thể với đối tượng kết hôn khi chưa thiết lập hôn nhân bằng văn bản pháp lý.

1.2. Phía phụ nữ Việt Nam

1.2.1. Những việc nên làm

- Nên tìm hiểu kỹ những thuận lợi, những thách thức khó khăn của việc lấy chồng Hàn Quốc qua các thông tin đáng tin cậy, suy nghĩ về khả năng đáp ứng của bản thân, cân nhắc thận trọng trước khi quyết định thiết lập hôn nhân đa văn hóa Hàn-Việt.
- Chủ động chuẩn bị và cung cấp cho người môi giới đầy đủ các thông tin cá nhân theo đúng yêu cầu pháp luật và cũng yêu cầu cung cấp cho mình đầy đủ các thông tin như vậy của đối tượng kết hôn. Ngoài các thông tin theo yêu cầu của luật pháp đó, nếu có thể nên tìm hiểu thêm về *gia cảnh* (Còn cha mẹ hay đã mất? Có bao nhiêu anh chị em? Sống chung hay sống riêng? Độc lập về kinh tế hay phụ thuộc vào gia

가족의 지원을 받아야 하는지에 대해 가족 형편, 결혼 대상자의 생활환경 (시골·도시, 육지·섬, 평지·산지 등) 또는 결혼 대상자의 만성질병이나 신체 장애 (있는 경우) 등의 결혼 대상자에 대한 정보를 알아보는 것이 좋다.

또한 결혼 당사자의 성명, 주소, 주민등록번호 등 인적 사항을 잘 파악하며 보관해야 할 필요가 있다. 가급적이면 필요시 결혼 대상자하고 주동적으로 연락할 수 있도록 대상자의 사진이 부착된 신분증 사본을 요청하는 것이 좋다. 중개인을 통해 연락하는 것에 너무 딸리지 않는 것이 좋다.

1.2.2. 하지 말아야 할 일

- 한국인하고 결혼하면 인생의 변화를 가져다 줄 수 있는 환상을 품고 본인을 배우자로 선택하는 남성을 누구든지 무조건 동의해서는 안 된다.
- 어떤 결혼중개 형식이라도 말로만 하는 정보를 믿으면 안 된다. 결혼 대상자에 관한 모든 인적 사항은 권한이 있는 기관의 공증을 받고 영사 확인을 합법화된 서면으로 확인되어야 한다.
- 법적 문서로 승인을 받은 혼인관계를 맺기 전에 결혼 대상자의 약속을 과신해서 이성 신체접촉을 하면 안 된다. 그렇다면 자기의 가치를 상실하게 되고 경시를 당할 수 있다. 임신하는 경우 행복한 다문화가정 구성 물론 행복을 추구하는 가능성에 관한 위험성이 높다.

2. 서류준비

법률에 따른 결혼 배우자 선택, 혼인신고, 혼인성립 및 한국 입국 전 베트남 신부의 사증발급 신청 등의 과정에 있어 충분한 정보를 제공하기 위해 다음과 같은 서류를 준비하여야 한다. 아래와 같이 구비해야 할 중요한 문서 및 진행 절차이다.

đình?); *Thông tin về môi trường sống của đối tượng kết hôn* (Nông thôn hay đô thị? Đất liền hay biển đảo? Đồng bằng hay vùng núi?); Về các bệnh mãn tính hoặc các khuyết tật cơ thể (nếu có) của đối tượng kết hôn để lựa chọn và chủ động thích ứng.

- Ngoài ra, bạn cần nắm chắc và lưu giữ các thông tin cá nhân (họ tên, địa chỉ liên lạc, số chứng minh nhân dân) của đối tượng kết hôn.nếu được, bạn nên yêu cầu cung cấp bản photocopy giấy tờ tùy thân có dán ảnh của đối tượng kết hôn để chủ động liên lạc khi cần thiết. Không nên quá lệ thuộc việc liên lạc vào người môi giới.

1.2.2. Những việc không nên làm

- Không nên ảo tưởng chỉ cần kết hôn với người Hàn là đổi đời để đồng ý với bất kỳ đối tượng nào lựa chọn mình.

- Không tin các thông tin chỉ qua lời nói dù dưới bất kỳ hình thức môi giới nào. Các thông tin phải bằng văn bản có xác nhận và chứng thực của các cơ quan có thẩm quyền và đã hợp pháp lãnh sự.

- Không nhẹ dạ, tin những lời hứa hẹn để tiếp xúc thân thể với đối tượng kết hôn khi chưa thiết lập hôn nhân bằng văn bản pháp lý. Vì như vậy là đánh mất giá trị bản thân, dễ bị xem thường. Nếu có hệ quả mang thai sẽ chịu rủi ro cao về khả năng thiết lập và xây dựng hạnh phúc gia đình đa văn hóa nói riêng và tìm kiếm hạnh phúc nói chung.

2. Chuẩn bị giấy tờ thông tin

Để cung cấp thông tin đầy đủ theo yêu cầu pháp luật cho toàn bộ quy trình: tìm hiểu lựa chọn, đăng ký kết hôn thiết lập hôn nhân, xin visa di trú kết hôn cho cô dâu nhập cảnh vào Hàn Quốc thì cần chuẩn bị đầy đủ giấy tờ cho nhiều loại hồ sơ. Dưới đây là thông tin và cách thức chuẩn bị một số giấy tờ quan trọng nhất.

구분	내역	필수서류 및 준비절차	유관기관
1. 혼인상항 확인서	혼인신고자 혼인상황의 미혼 상태를 확인한다	필수서류: - 신분증 공증사본, 호적 주 공증사본 혹은 확인용 원본. 특정한 경우 아래와 같은 서류를 준비해야 한다. + 이혼자의 경우 이혼 판결문 원본 + 사별자의 경우 전배우자 사망증명서 원본	베트남 경우: 본인 이 거주증명서 발급을 요청 하는 면, 읍, 리 인민 위원회 한국 경우: 당사자 가 거주하고 있는 현지의 유관기관
2. 건강사항 확인서	아래와 같은 질병에 걸리지 않음을 확인한다. + 후천면역 결핍증 + 성병 감 + 정신질환	- 규정에 따른 혼인 요건을 인증하기 위한 건강진단을 할 수 있는 종합병원 또는 지정병원 이용 - 베트남어·영어 또는 한국어·영어로 기재된 건강진단서의 경우 공증 필요 없음. 베트남어로나 한국어로만 기재된 건강 진단서의 경우 베트남 어·한글 또는 한글·베트남어 번역공증 필수	국제결혼용 건강진단을 할 수 있는 종합병원 또는 지정된 병원

Loại giấy tờ	Nội dung thông tin	Giấy tờ cần thiết và cách thức chuẩn bị	Cơ quan giải quyết
1, Xác nhận tình trạng hôn nhân	Xác nhận hiện trạng hôn nhân của người đăng ký kết hôn là đang độc thân, không có vợ/chồng	Hồ sơ bao gồm: - 01 bản sao giấy tờ tùy thân và 01 bản sao hộ khẩu có chứng thực hoặc đem theo bản chính để đối chiếu. *Các trường hợp đặc biệt cần mang thêm giấy tờ:* + Đã ly hôn với vợ/chồng cần có thêm quyết định ly hôn có hiệu lực của cuộc hôn nhân trước. + Vợ/chồng trước đã mất cần có thêm giấy chứng tử/báo tử của người vợ/chồng trước.	*Tại Việt Nam:* Ủy ban nhân dân xã/phường/ thị trấn nơi người xin xác nhận giấy cư trú. *Tại Hàn Quốc:* Cơ quan quản lý địa phương nơi cư trú
2, Xác nhận tình trạng sức khỏe	Xác nhận không bị mắc các bệnh: + Bệnh suy giảm miễn dịch HIV/AIDS + Bệnh lây nhiễm qua đường sinh dục + Bệnh tâm thần	- Đến các bệnh viện lớn hoặc các cơ sở y tế đã được chỉ định đủ điều kiện xác nhận tình trạng sức khỏe để kết hôn, khám và thực hiện các xét nghiệm để có kết quả theo yêu cầu. - Nếu giấy chứng nhận của bệnh viện hoặc cơ sở y tế là song ngữ (Việt-Anh hoặc Hàn-Anh) thì không cần dịch thuật công chứng. Nếu chỉ có tiếng Việt hoặc chỉ có tiếng Hàn thì cần dịch thuật công chứng song ngữ Việt-Hàn hoặc Hàn-Việt.	Các bệnh viện đa khoa quốc gia hoặc cơ sở y tế đã được chỉ định đủ điều kiện xác nhận tình trạng sức khỏe để kết hôn với người nước ngoài.

구분	내역	필수서류 및 준비절차	유관기관
3. 범죄경력 조회 회보서	본인의 범죄경력여부를 확인한다. 한국 남성 경우 성폭력, 가정폭력, 성매매 중개 및 성매매 강요 경력 여부에 대한 내용이 잘 기재되어야 한다.	베트남에서 발급될 서류의 경우 - 범죄경력조회회보서 신청서 - 신분증 또는 여권 사본공증 확인용 원본을 제출할 경우 공증 불필수 - 베트남에서 범죄경력 조회회보서 종류 (1류, 2류)가 2가지 있으며 국제결혼용 범죄경력 조회회보서는 2류이다. 이 범죄경력조회 회보서는 다른 사람에게 위임을 할 수 없으며 본인이 직접 신청하여야 한다. - 서류 수량: 01매	베트남 경우: 중앙정부 부설 당사자가 거주하고 있는 성·도시 사법청 한국 경우: 당사자가 거주하고 있는 현지의 경찰청
4. 아포스 티유 확인	아포스티유확인이란 현지국 (베트남 또는 한국) 공관이 베트남이나 한국의 문서, 자료에다가 관인, 서명, 직위를 확인하여 그 서류와 자료가 외국에서도 인정을 받아 사용될 수 있다. 아포스티유확인은 본 문서의 관인, 서명과 직위만 입증되고 문서의 내용과 형식이 입증되지 않는다.	베트남에서 발급을 받을 경우 1. 양식에 따른 아포스티유 신청서 2. 직접 제출할 경우 신분증 원본 (주민등록증 혹은 여권) 또는 우편으로 제출할 경우 공증을 받을 필요없는 신분증 사본 3. 아포스티유확인 필수 각종 서류 4. 아포스티유확인 필수 문서 사본 (각각 1매) 5. 우편으로 송부하고 우편으로 답장을 요청하는 경우 반송 주소가 기재된 봉투 1매 - 서류 매수: 1 부	베트남 경우: 외교부 혹은 중앙정부 부설 성·도시 외무국 한국 경우: 한국 외교부

Loại giấy tờ	Nội dung thông tin	Giấy tờ cần thiết và cách thức chuẩn bị	Cơ quan giải quyết
3, Lý lịch tư pháp	Chứng minh cá nhân có hay không có án tích. Đối với Nam Hàn Quốc cần ghi rõ lý lịch tư pháp có hay không bạo lực tình dục, bạo lực gia đình, môi giới, cưỡng ép mua bán dâm?	Hồ sơ xin cấp tại Việt Nam - Tờ khai xin cấp phiếu lý lịch tư pháp. - Bản sao chứng minh nhân dân hoặc hộ chiếu có chứng thực. Trường hợp có bản chính kèm theo để đối chiếu thì các bản sao, giấy tờ nói trên không cần chứng thực. - Lý lịch tư pháp ở Việt Nam gồm 2 loại (loại 1 và loại 2), lý lịch tư pháp cho yêu cầu giấy tờ kết hôn là lý lịch tư pháp loại 2. Loại này không được ủy quyền cho người khác xin hộ mà phải trực tiếp làm. - Số lượng hồ sơ: 01 bộ	*Tại Việt Nam:* Sở Tư pháp Tỉnh/Thành phố trực thuộc trung ương nơi cá nhân cư trú. *Tại Hàn Quốc:* Sở Cảnh sát địa phương nơi cá nhân cư trú
4, Chứng nhận lãnh sự	Chứng nhận lãnh sự là việc cơ quan có thẩm quyền của nước sở tại (Việt Nam hoặc Hàn Quốc) chứng nhận con dấu, chữ ký, chức danh trên giấy tờ tài liệu của Việt Nam hoặc Hàn Quốc để tài liệu đó được công nhận và sử dụng ở nước ngoài. Chứng nhận lãnh sự chỉ chứng nhận con dấu, chữ ký, chức danh trên giấy tờ tài liệu, không bao gồm chứng nhận nội dung và hình thức giấy tờ tài liệu.	Hồ sơ xin cấp tại Việt Nam gồm: 1, Tờ khai chứng nhận lãnh sự theo mẫu. 2, Bản chính giấy tờ tùy thân (chứng minh nhân dân hoặc hộ chiếu) đối với trường hợp nộp trực tiếp hoặc 01 bản chụp giấy tờ tùy thân không cần chứng thực nếu nộp hồ sơ qua đường bưu điện. 3, Tất cả các giấy tờ tài liệu yêu cầu chứng nhận lãnh sự. 4, Các bản chụp giấy tờ tài liệu cần chứng nhận lãnh sự (mỗi thứ 01 bản) 5, 01 phong bì có ghi rõ địa chỉ người nhận nếu hồ sơ gửi qua bưu điện và yêu cầu trả kết quả bằng đường bưu điện. - Số lượng hồ sơ: 01 bộ	*Tại Việt Nam* Bộ ngoại giao hoặc Sở ngoại vụ các tỉnh, thành phố trực thuộc trung ương. *Tại Hàn Quốc* Bộ Ngoại giao Hàn Quốc

구분	내역	필수서류 및 준비절차	유관기관
5. 영사공증	영사공증이란 현지국 (베트남 또는 한국) 공관이 베트남이나 한국의 서류, 자료에다가 관인, 서명 또는 직위를 확인하여 그 문서와 자료가 베트남 혹은 한국에서도 인정을 받아 사용될 수 있다. 영사공증은 본 문서의 관인, 서명과 직위만 입증되고 서류의 내용과 형식이 입증되지 않는다.	베트남에서 발급을 받을 경우 1. 양식에 따른 영사공증 신청서 2. 직접 제출할 경우 신분증 (주민등록증 혹은 여권) 원본 3. 우편으로 제출할 경우 공증을 받을 필요없는 신분증 (주민등록증 또는 여권) 사본 4. 영사공증 필수 각종 서류 (베트남이나 한국인 본국의 유관기관의 영사확인 받은 서류) 5. 영사공증 필수 각종 서류 사본 (각각 1매) 6. 영사공증 필수 서류 영문공증 혹은 베트남어공증 (베트남의 영사공증 받을 경우), 한글공증 (한국의 영사공증 받을 경우). 번역본은 공증 필요 없음. 7. 영사공증 필수 서류 사본 (각각 1매) 8. 우편으로 송부하고 우편으로 답장을 요청할 경우 반송 주소가 기재된 봉투 1 매매 - 서류 매수: 1 부	베트남 경우: 주 베트남 대한민국 대사관 혹은 총영사관 한국 경우: 주한 베트남 대사관 혹은 총영사관

Loại giấy tờ	Nội dung thông tin	Giấy tờ cần thiết và cách thức chuẩn bị	Cơ quan giải quyết
5. Hợp pháp lãnh sự	Hợp pháp lãnh sự là việc cơ quan có thẩm quyền của nước sở tại (Việt Nam hoặc Hàn Quốc) chứng nhận con dấu, chữ ký, chức danh trên giấy tờ, tài liệu của nước ngoài để giấy tờ và tài liệu đó được công nhận và được sử dụng tại Việt Nam hay Hàn Quốc. Việc hợp pháp lãnh sự chỉ chứng nhận con dấu, chữ ký, chức danh trên giấy tờ tài liệu, không bao gồm chứng nhận nội dung và hình thức của giấy tờ tài liệu.	1, Tờ khai xin hợp pháp hóa lãnh sự theo mẫu 2, Bản chính giấy tờ tùy thân (chứng minh nhân dân hoặc hộ chiếu) đối với trường hợp nộp hồ sơ trực tiếp, hoặc 3, 01 bản chụp giấy tờ tùy thân (chứng minh nhân dân hay hộ chiếu) không cần công chứng (đối với trường hợp nộp hồ sơ qua đường bưu điện) 4, Giấy tờ và tài liệu đề nghị được hợp pháp hóa lãnh sự (các giấy tờ tài liệu này đều đã phải được các cơ quan có thẩm quyền của nước sở tại (Việt Nam hoặc Hàn Quốc) chứng nhận lãnh sự. 5, Bản chụp giấy tờ, tài liệu đề nghị được hợp pháp lãnh sự (mỗi giấy tờ hoặc tài liệu cần 01 bản chụp). 6, 01 bản dịch cho mỗi giấy tờ, tài liệu đề nghị được hợp thức hóa lãnh sự bằng tiếng Anh hoặc bằng tiếng Việt (nếu xin hợp pháp lãnh sự của Việt Nam) bằng tiếng Hàn (nếu xin hợp pháp lãnh sự của Hàn Quốc). Bản dịch không cần chứng thực. 7, 01 bản chụp cho mỗi bản dịch các giấy tờ, tài liệu xin hợp pháp lãnh sự. 8, 01 phong bì có ghi rõ địa chỉ người nhận nếu yêu cầu trả kết quả qua đường bưu điện. Số lượng hồ sơ: 01 bộ	*Tại Việt Nam:* Đại sứ quán Hàn Quốc hoặc tại lãnh sự quán Hàn Quốc đặt tại Việt Nam. *Tại Hàn Quốc:* Đại sứ quán Việt Nam hoặc lãnh sự quán Việt Nam đặt tại Hàn Quốc.

유의사항:

1- 법률에 따른 충분한 인적 사항, 서류를 충실히 준비하는 것은 결혼 대상자 선택, 혼인 성립, 결혼 이민자사증 발급 등의 과정 및 다문화가정의 향후 다른 절차에 있어 꼭 필요한 요구사항이다. 따라서 법률에 따라 준비서류의 내역을 잘 파악하며 충분히 준비하는 것을 의식해야 한다. 수속 절차 및 준비서류를 잘 숙지하게 되면 담대하게 직접 진행하는 것이 좋다. 상담이나 지원서비스를 사용하려면 이용을 당하지 않도록 진행 절차를 숙지하며 검토를 해야 한다.

2- 각종 서류의 아포스티유 확인과 영사공증은 승인을 받기 위해 선결사항임으로 충실히 준비해야 한다. 아포스티유 확인과 영사공증은 본 서류, 자료의 관인, 서명, 직위만 인증되며 문서, 자료의 내용과 형식이 인증되지 않는다는 점을 유의해야 한다. 따라서 상세하게 검토해야 아포스티유 확인과 영사공증을 받을 문서의 내용과 형식에 관한 실수가 없도록 해야 한다. 아포스티유 확인과 영사공증을 받았는데 부족한 것이 있어서 다시 준비해야 함으로 외국 공관에서 인정을 못 받는 경우를 피해야 한다.

3- 한-베 국제결혼 서류에 명시된 언어는 영어나 그 서류가 사용될 국가의 언어라는 점을 유의해야 한다. 그러므로 영어로 기재되지 않는 모든 준비서류는 베트남 신부의 경우 베트남어·한국어 공증번역, 한국 신랑의 경우 한국어·베트남어로 공증번역을 해야 한다. 베트남어·한국어 또는 한국어·베트남어로 미리 번역된 서류를 준비하는 것이 나중에 서류 준비 과정에 있어 실수를 하지 않게 할 것이다. 이는 양국의 유관기관에서 문서를 접수하며 검토하는 일은 보다 원활하게 이어질 수 있으며 결혼 당사자들이 각 문서에 있는 상대방의 신상정보를 이해해서 보관하고 사용하는 데에 도움이 될 것이다.

Ghi nhớ:

1- Chuẩn bị thật đầy đủ, trung thực, đúng pháp luật về giấy tờ và thông tin cá nhân là yêu cầu nhất thiết phải thực hiện cho cả quy trình từ tìm hiểu lựa chọn đối tượng kết hôn, thiết lập hôn nhân, xin visa di trú cho cô dâu v.v... cho đến các thủ tục khác sau này của gia đình đa văn hóa. Do đó các bạn cần có ý thức tìm hiểu các yêu cầu giấy tờ và thực hiện đầy đủ các yêu cầu đó theo quy định của pháp luật. Khi đã hiểu rõ thủ tục và hồ sơ, các bạn nên tự tin trực tiếp thực hiện. Nếu cần sử dụng dịch vụ tư vấn hay hỗ trợ thì cũng nên nắm chắc quy trình, theo dõi, kiểm tra để tránh bị lợi dụng.

2- Chứng nhận lãnh sự và sau đó hợp pháp lãnh sự là yêu cầu tiên quyết cho các loại giấy tờ của hồ sơ để được xét chấp nhận, do đó bạn nhất thiết phải lưu ý thực hiện. Cần chú ý là việc chứng nhận lãnh sự và hợp pháp lãnh sự chỉ là chứng nhận con dấu, chữ ký, chức danh trên giấy tờ, tài liệu chứ không bao gồm chứng nhận nội dung, hình thức của giấy tờ hay tài liệu. Do đó cần phải rà soát kỹ để không có thiếu sót về nội dung, hình thức của các giấy tờ xin chứng nhận lãnh sự và hợp pháp lãnh sự. Tránh trường hợp tuy đã được chứng nhận và hợp pháp lãnh sự nhưng cơ quan nước ngoài vẫn không chấp nhận vì các giấy tờ đó vẫn có thiếu sót nên phải làm lại giấy tờ.

3- Bạn cần lưu ý ngôn ngữ của các giấy tờ nộp trong các loại hồ sơ kết hôn đa văn hóa Hàn-Việt có thể là tiếng Anh hoặc tiếng chính thức của nước nơi giấy tờ đó được sử dụng. Do vậy nếu giấy tờ của bạn không thiết lập bằng tiếng Anh thì các bạn nên dịch công chứng tất cả các giấy tờ bằng song ngữ Việt-Hàn (nếu là giấy tờ của phụ nữ Việt) Hàn-Việt (nếu là giấy tờ của đàn ông Hàn). Việc chuẩn bị song ngữ Việt-Hàn hoặc Hàn-Việt tất cả các giấy tờ ngay từ đầu sẽ tránh cho các bạn đỡ sai sót khi chuẩn bị các loại hồ sơ. Điều đó giúp việc tiếp nhận và xét duyệt hồ sơ của các cơ quan chức năng ở hai quốc gia thuận tiện hơn, đồng thời cũng giúp các bạn hiểu được thông tin của nhau trong các loại giấy tờ đó để dễ dàng lưu giữ hoặc sử dụng.

3. 결혼 대상자 선택 단계에 알아야 하는 법률 규정 및 올바른 행동지침

한국 법률의 규정	올바른 행동지침
1-한국 결혼중개업의 관리에 관한 법률에 따르면 한국인과 외국인을 중개할 때 중개인이 한국인과 외국인에게 유관기관으로부터 인증을 받은 문서로 정보를 제공하야 한다. 법률에 따라 신상정보를 제공하지 아니하거나 고의로 거짓된 신상정보를 제공하거나 중요사항을 누락하면 3년 이하의 징역 또는 2천만 원의 벌금에 처해지게 된다.	- 선을 보기 전에 법률에 따라 정확한 신상정보를 충분하게 준비하여 결혼중개업자에게 제공하여야 한다. - 선을 보기 전에 결혼중개업자에게 결혼 상대방의 모든 신상정보를 요청하여야 한다. 이는 한국 법률의 규정이라고 하며 위반할 경우 처하는 형벌도 명확히 설명하여야 한다.
2-결혼중개업자가 한국인과 외국인 간의 원활한 의사소통을 위해 통역·번역 서비스를 제공해줄 의무가 있다.	혼인 성립 전에 결혼중개업자에게 결혼 상대방과의 원활한 의사소통을 하기 위하여 좋은 통역·번역서비스를 요청 하여야 한다. 중개업자는 통역·번역 서비스를 제공하지 않거나 좋지 않은 통역·번역서비스를 제공한 경우 이는 법률에 따른 의무임을 명확히 말해야 한다. 또한 이용자와 상대방 간의 원활한 의사소통을 위하여 통역·번역 서비스가 제공되지 않거나 좋지 않은 통역·번역서비스가 제공되는 맞선에 참석해서는 안 된다.
3-결혼중개업자는 한국인에게 2명 이상의 상대방을 동시에 소개하면 안 된다. 또한 결혼중개를 목적으로 2명 이상의 외국인을 같은 장소에 기숙시키는 행위를 하여서는 아니 된다. 위반하는 경우에 3년 이하의 징역 또는 2천만 원의 벌금에 처해지게 된다.	- 한국 남성은 같은 시간에 2명의 베트남 여성하고 선을 보거나 국제 결혼을 목적으로 같은 장소에서 기숙하는 2명의 베트남 여성하고 선을 보면 안 된다. - 베트남 여성은 한 명 이상의 다른 여성이 있는 장소에서 자기의 결혼 대상자하고 맞선을 보는 것을 허용하지 않는다.

3. Những quy định pháp luật cần biết trong giai đoạn lựa chọn đối tượng kết hôn và tư vấn ứng xử đúng

Quy định của luật pháp Hàn Quốc	Ứng xử đúng
1-Luật về quản lý công ty môi giới của Hàn Quốc quy định khi môi giới cho người Hàn Quốc và người nước ngoài, người môi giới nhất định phải cung cấp thông tin bằng văn bản giấy tờ đã được các cơ quan có thẩm quyền xác thực cho cả hai phía người Hàn và người nước ngoài. Nếu không cung cấp thông tin đúng pháp luật (không cung cấp thông tin, cố ý cung cấp thông tin giả mạo hay bỏ sót những thông tin theo quy định) thì sẽ bị phạt tù dưới 3 năm hoặc nộp phạt 20.000.000 won.	- Nhất thiết phải chuẩn bị đúng và đầy đủ các thông tin của bản thân theo quy định pháp luật và cung cấp cho người môi giới trước khi xem mắt. - Nhất thiết yêu cầu người môi giới phải cung cấp cho mình đầy đủ thông tin về đối tượng kết hôn trước khi tiến hành gặp xem mắt. Nói rõ đó là quy định của pháp luật Hàn Quốc và nêu rõ các mức phạt nếu vi phạm.
2-Người môi giới kết hôn phải cung cấp dịch vụ biên-phiên dịch để việc giao tiếp giữa người Hàn Quốc và người nước ngoài trôi chảy.	- Nhất thiết yêu cầu phía môi giới phải cung cấp dịch vụ biên, phiên dịch đủ chất lượng để giao tiếp được với đối tượng kết hôn trước khi quyết định thiết lập hôn nhân. Nếu bên môi giới không cung cấp dịch vụ biên-phiên dịch, hoặc dịch vụ không đạt yêu cầu thì nói rõ đó là yêu cầu của pháp luật. Đồng thời không tham gia các cuộc xem mắt thiếu dịch vụ biên phiên dịch hoặc dịch vụ không đủ chất lượng để đảm bảo hai bên có thể giao tiếp trôi chảy với nhau.
3-Nghiêm cấm xem mắt đồng thời Người môi giới kết hôn không được phép giới thiệu cùng một lúc từ 02 người ngoại quốc trở lên cho người Hàn Quốc. Ngoài ra, cũng không được để 02 người ngoại quốc trở lên cùng một chỗ tá túc vì mục đích môi giới kết hôn. Nếu vi phạm, người môi giới có thể bị phạt tù dưới 03 năm hoặc nộp phạt 20.000 000 won.	-Đàn ông Hàn Quốc không tham gia xem mắt cùng một lúc 02 người phụ nữ Việt Nam cũng như không tới xem mắt nơi có 02 người phụ nữ Việt Nam tá túc cùng một chỗ vì mục đích kết hôn. -Phụ nữ Việt Nam không chấp nhận buổi xem mắt khi có từ 01 phụ nữ khác trở lên tham gia cùng mục đích với đối tượng kết hôn của mình.

베트남 법률의 규정	올바른 행동지침
- 결혼중개업체를 합법적인 사업으로 설립하는 것을 허락하지 않는다.	- 베트남에서 결혼중개업체라고 소개하는 결혼중개서비스를 신뢰하여 이용하면 안 된다. 그런 업체는 불법적으로 사업을 하는 업체이다.
- 베트남 여성협회 소재 국제 혼인·가정지원상담소에서 국제결혼을 상담하고 소개하는 것이 비영리 사업으로 허락된다.	- 지방에 있는 여성협회 소재 혼인 지원 상담소에 찾아가서 상담을 받고 한-베 국제결혼 대상자 소개를 요청하는 것이 좋다.
- 결혼은 남성과 여성이 자발적으로 결정할 수 있지만 위조결혼, 가장결혼 또는 결혼을 이용하여 재산을 취득하는 것이 금지된다. 불법적으로 하는 결혼중개행위의 경우 2천만 원부터 3천만원까지의 벌금에 처하고 형사적 책임의 소송을 받을 수 있다. - 결혼중개를 금지하는 규정이 없다.	- 결혼중개사업을 하는 베트남인하고 교제하는 것을 신중하게 살펴봐야 한다. 결혼중개사업을 하는 베트남인의 중개 서비스를 사용한 대상들을 통해 정보를 확실하게 파악해야 하며, 결혼중개업자 에게 양국 법률의 규정에 따른 중개 사업에게 충실한 의무 이행을 요청하여야 한다. 중개 서비스를 사용할 때 이용을 당하지 않도록 중개업자하고 구체적인 계약을 하는 것이 좋다.

유의사항:
- 위험성을 감소시키기 위해 신뢰할 만한 적합한 결혼중개업자를 선택하여야 하며 결혼중개업체나 중개업자 특히 베트남에 있는 중개업자하고 명확한 구체적인 조항으로 계약서를 신중하게 살피고 사인하는 것이 좋다.
- 결혼 대상자의 충분한 신상정보를 제공하고 받을 필요가 있다.
- 결혼중개사업에 관한 법률의 규정을 준수해야 하며 불법 서비스를 이용하지 않는 것이 좋다.

능동 - 신중 - 자신감 - 법률 준수

Quy định của luật pháp Việt Nam	Ứng xử đúng
- Chưa được phép thành lập công ty môi giới hôn nhân như một hoạt động kinh doanh hợp pháp.	- Không tin và sử dụng dịch vụ môi giới của công ty nào ở Việt Nam tự xưng là công ty môi giới hôn nhân vì đó là công ty bất hợp pháp.
- Cho phép các Trung tâm tư vấn hỗ trợ hôn nhân và gia đình có yếu tố nước ngoài của Hội Liên hiệp phụ nữ Việt Nam được tư vấn, giới thiệu kết hôn có yếu tố nước ngoài nhưng hoạt động phi lợi nhuận.	- Nên đến Trung tâm hỗ trợ tư vấn hôn nhân của Hội Liên hiệp phụ nữ ở địa phương để yêu cầu tư vấn và giới thiệu đối tượng kết hôn Hàn-Việt.
- Việc kết hôn do nam và nữ tự nguyện quyết định nhưng nghiêm cấm kết hôn giả tạo, lừa dối kết hôn, yêu sách của cải trong kết hôn. Phạt tiền từ 20.000.000 đồng đến 30.000.000 đồng đối với hành vi môi giới hôn nhân trái pháp luật và có thể bị truy cứu trách nhiệm hình sự. - Chưa có quy định nào cấm môi giới hôn nhân.	- Thận trọng khi thông qua những cá nhân Việt Nam hoạt động môi giới. Cần tìm hiểu kỹ thông tin qua các đối tượng đã sử dụng dịch vụ của người này đồng thời yêu cầu người môi giới thực hiện đúng các yêu cầu môi giới theo luật pháp 2 quốc gia. Nên có hợp đồng với đối tượng môi giới rõ ràng cụ thể để tránh bị lợi dụng khi sử dụng dịch vụ.
Ghi nhớ: - Cần phải lựa chọn môi giới thích hợp và tin cậy để giảm rủi ro, phải chú ý xem kỹ và ký hợp đồng với các điều khoản rõ ràng cụ thể với công ty môi giới hoặc người môi giới, đặc biệt là với môi giới ở Việt Nam. - Cần cung cấp đủ thông tin và nhận được đủ thông tin về đối tượng kết hôn. - Cần tuân thủ đúng các quy định pháp luật về môi giới kết hôn, không tham gia các dịch vụ trái pháp luật. Chủ động – Thận trọng – Tự tin – Tuân thủ luật pháp	

II. 혼인 성립

혼인신고는 베트남 혹은 한국에서 선택해서 할 수 있다.

1. 베트남에서 결혼신고를 할 경우

1.1. 결혼신고 서류

구분	접수할 서류
제출할 서류	- 베트남인과 외국인의 신상을 인증하는 유효가 있는 여권이나 주민등록증 혹은 신분증 - 거주지 증빙 서류 (필요할 경우)
서류 내역	- 남성과 여성의 필요한 신상정보가 기재된 양식에 따른 혼인신고 신청서 - 베트남이나 외국의 지정된 병원에서 결혼 대상자들이 정신병이나 자기 행동을 의식하고 통제할 수 있는 능력이 없는 기타 질병에 걸리지 않는다는 것을 확인해 주는 증명서 - 유관기관에서 발급한 효력 있는 결혼 대상자들의 미혼 상태를 인증하는 문서 - 외국인의 여권 사본. 한국 남성의 모든 서류는 한국어·베트남어 번역되고 베트남 영사의 인증을 받아야 한다.
서류 매수	01 매
서류 접수처	시·구·면 사법청

1.2. 혼인신고절차

1) 혼인신고 서류의 요구에 따른 충분한 문서 준비
2) 시·구·면 인민위원회에서 혼인신고 서류를 접수한다.
   요청을 받을 경우 추가 서류를 보완한다.
   서류 검토 기간은 10일이다. 합격 여부를 통과한 경우 현 인민위원회 위원장은 혼인신고 증명서 2 본에 서명을 해 준다.

II. Thiết lập hôn nhân

Bạn có thể chọn đăng ký kết hôn tại Việt Nam hoặc tại Hàn Quốc.

1. Đăng ký kết hôn tại Việt Nam

1.1. Hồ sơ đăng ký

Phân loại	Giấy tờ - nơi tiếp nhận
Giấy tờ cần xuất trình	- Hộ chiếu hoặc chứng minh nhân dân hoặc thẻ căn cước công dân có giá trị sử dụng để chứng minh thân nhân của công dân Việt Nam và công dân nước ngoài. - Giấy tờ chứng minh nơi cư trú (nếu có yêu cầu)
Giấy tờ của hồ sơ	- Tờ khai đăng ký kết hôn theo mẫu có đủ thông tin bên nam, nữ. Hai bên nam, nữ có thể khai chung một tờ khai kết hôn. - Giấy xác nhận của các tổ chức y tế có thẩm quyền của Việt Nam hoặc của nước ngoài xác nhận các bên kết hôn không mắc bệnh tâm thần hoặc các bệnh khác mà không có khả năng nhận thức làm chủ được hành vi của mình. - Giấy tờ chứng minh tình trạng hôn nhân của các bên kết hôn hiện không có vợ hoặc không có chồng do các cơ quan có thẩm quyền cấp, còn giá trị sử dụng. - Bản sao hộ chiếu của người nước ngoài. Tất cả các giấy tờ của người Nam Hàn Quốc đều phải được dịch công chứng Hàn-Việt và phải được hợp pháp lãnh sự của Việt Nam.
Số lượng hồ sơ	01 bộ
Nơi tiếp nhận hồ sơ	Phòng tư pháp cấp huyện/quận/thị trấn

1.2. Các bước đăng ký

1) Chuẩn bị đầy đủ giấy tờ theo yêu cầu hồ sơ đăng ký kết hôn
2) Nộp hồ sơ đăng ký kết hôn tại Ủy ban nhân dân cấp huyện/quận/thị trấn.

Thực hiện các yêu cầu hoàn thiện hồ sơ (nếu có)

Hồ sơ được xem xét trong 10 ngày. Nếu hợp lệ chủ tịch UBND huyện sẽ ký 02 bản chứng nhận kết hôn.

3) 남성과 여성이 혼인신고 서류를 접수한 인민위원회에서 자발적으로 결혼을 동의한다고 대답하고 혼인관계등록부 및 혼인증명서에 서명해야 한다.

남성과 여성 중에 혼인증명서에 서명하고 인수하기 위해 출석하지 못하는 사람이 있을 경우 혼인증명서 발급 시간 연장을 요청하는 문서를 작성하여 제출해야 한다. 연장 기간이 인민위원장이 혼인증명서에 서명을 한 날로부터 60일 이상 초과하면 안 된다. 60일이 만료된 경우 혼인신고 당사자인 남성과 여성이 혼인증명서 발급을 받기 위해 나오지 않는다면 서명된 혼인증명서가 폐기될 것이다.

2. 한국에서 혼인신고를 할 경우

2.1. 혼인신고 서류

구분	접수할 서류
베트남 여성이 준비해야 할 서류	1- 혼인신고서 및 4 x 6cm 사진 2- 혼인상태증명서 3- 신분증 사본 4- 출생증명서 사본 또는 원본 5- 법률에 따라 결혼을 성립할 수 있도록 갖춰진 건강 상태를 증명해 주는 증명서 6- 범죄경력증명서 이 모든 문서는 영문으로 작성되어야 하고 또는 베트남어·한국어 번역 후 베트남의 아포스티유 확인 및 한국의 영사 인증을 받아야 한다.
한국 남성이 준비해야 할 서류	1-혼인상태 증명서 또는 비슷한 법적 효력이 있는 문서 2-여권 사본 (사진이 부착된 면 및 베트남 입국사증이 있는 면) 3-가족관계증명서 사본 4-범죄경력증명서 5-법률에 따라 결혼을 성립할 수 있도록 갖춰진 건강상태를 증명해 주는 증명서 이 모든 문서는 영문으로 작성되어야 하고 또는 한국어·베트남어 번역 후 한국의 아포스티유 확인 및 베트남의 영사 인증을 받아야 한다.
서류 매수	01 매
서류 접수처	당사자가 거주하고 있는 현지의 유관기관

3) Các bên nam nữ phải có mặt tại trụ sở ủy ban nhân dân nơi nộp hồ sơ để trả lời đồng ý tự nguyện kết hôn, ký vào sổ đăng ký kết hôn và giấy chứng nhận kết hôn.

Nếu một trong hai bên nam, bên nữ không thể có mặt để ký và nhận giấy chứng nhận kết hôn thì phải viết đơn xin gia hạn thời gian trao giấy chứng nhận kết hôn. Thời gian cho phép gia hạn không quá 60 ngày kể từ ngày chủ tịch ủy ban nhân dân nơi đó ký giấy chứng nhận đăng ký kết hôn. Nếu hết 60 ngày mà hai bên nam nữ không có mặt nhận giấy chứng nhận kết hôn thì giấy chứng nhận kết hôn đã ký sẽ bị hủy.

2. Đăng ký kết hôn tại Hàn Quốc

2.1. Hồ sơ đăng ký

Phân loại	Giấy tờ nơi tiếp nhận
Giấy tờ cần chuẩn bị của phụ nữ Việt	1-Tờ khai đăng ký kết hôn và ảnh 4x6 2-Giấy xác nhận tình trạng hôn nhân 3-Bản sao chứng minh nhân dân 4-Bản gốc hoặc bản sao giấy khai sinh 5-Giấy chứng nhận đủ điều kiện sức khỏe kết hôn theo yêu cầu pháp luật 6-Lý lịch tư pháp *Tất cả các loại giấy tờ này phải hoặc thiết lập bằng tiếng Anh, hoặc dịch công chứng song ngữ Việt-Hàn và phải được chứng nhận lãnh sự của Việt Nam và hợp pháp lãnh sự của Hàn Quốc.
Giấy tờ cần chuẩn bị của đàn ông Hàn	1-Giấy xác nhận tình trạng hôn nhân hoặc giấy tờ có giá trị pháp lý tương đương. 2-Bản sao hộ chiếu (bao gồm phần có dán ảnh và thị thực nhập cảnh Việt Nam). 3-Bản sao đăng ký hộ khẩu 4-Lý lịch tư pháp 5-Giấy chứng nhận đủ điều kiện sức khỏe kết hôn theo pháp luật. *Tất cả các loại giấy tờ này phải được thiết lập bằng tiếng Anh hoặc công chứng Hàn-Việt và phải được chứng nhận lãnh sự của Hàn Quốc và hợp pháp hóa lãnh sự của Việt Nam
Số lượng hồ sơ	01 bộ
Nơi tiếp nhận hồ sơ	Cơ quan quản lý địa phương nơi cư trú

2.2. 혼인신고 절차

1단계: 혼인신고 서류의 요청사항에 따라 충분한 서류 준비
2단계: 베트남 여성의 증빙서류 베트남어·한국어 번역공증
　　　한국 남성의 증빙서류 한국어·베트남어 번역공증
3단계: 양국의 각각 권한이 있는 기관에서 증빙문서의 아포스티유 확인
4단계: 양국의 각각 권한이 있는 기관에서 증빙문서의 영사인증을 받고 베트남 여성의 문서는 주 베트남 대한민국 대사관 혹은 영사관에서 영사인증. 한국 남성의 문서는 주 한국 베트남 대사관 혹은 영사관에서 영사인증.
5단계: 현지기관에 혼인신고 서류 제출

III. 혼인신고 후 한국 이민 전 베트남 신부의 준비사항

1. 베트남 신부가 준비해야 할 일

1.1. 해야 할 일

1.1.1. 한국어 공부

한국 사법부의 규제에 따르면 외국인에게 한국으로 입국하기 위한 비자를 발급하는 조건은 한국어 토픽 1급 자격증 또는 규정에 따라 토픽 1급과 비슷한 수준의 자격증을 받아야 하는 것이다. 따라서 모든 베트남 신부들이 한국에 입국하기 위한 비자를 받으려면 한국어를 공부해야 한다.

베트남 신부들이 세종학당, 한국 교육부 부설 한국어교육원 또는 하노이시, 호찌민시와 같은 대도시에 있는 한국문화원 등의 신뢰성이 있는 한국어교육기관에서 한국어교육 과정을 등록하여 한국 이민 비자를 발급하는 서류의 요청사항에 따른 한국어 실력에 맞추기 위해 시험을 보는 것이 좋다.

2.2. Các bước đăng ký

Bước 1: Chuẩn bị đầy đủ giấy tờ theo yêu cầu hồ sơ đăng ký kết hôn.

Bước 2: Dịch công chứng Việt-Hàn giấy tờ của phụ nữ Việt.

Dịch công chứng Hàn-Việt giấy tờ của đàn ông Hàn.

Bước 3: Chứng nhận lãnh sự giấy tờ của 2 bên tại các cơ quan có thẩm quyền của mỗi quốc gia.

Bước 4: Hợp pháp lãnh sự giấy tờ của 2 bên tại các cơ quan có thẩm quyền của hai quốc gia: giấy tờ của phụ nữ Việt gửi hợp pháp lãnh sự tại Đại sứ quán hoặc Lãnh sự quán Hàn Quốc đặt tại Việt Nam. Giấy tờ của đàn ông Hàn gửi hợp pháp lãnh sự tại Đại sứ quán Việt Nam tại Hàn Quốc.

Bước 5: Nộp hồ sơ xin đăng ký kết hôn tại địa phương đương sự đang cư trú.

III. Những công việc sau khi đăng ký kết hôn, chuẩn bị cho cô dâu đến Hàn Quốc

1. Công việc chuẩn bị của cô dâu Việt

1.1. Những việc nên làm

1.1.1. *Học tiếng Hàn*

Theo quy định của Bộ tư pháp Hàn Quốc thì điều kiện ngôn ngữ để cấp visa kết hôn vào Hàn Quốc cho người ngoại quốc là phải đạt chứng chỉ tiếng Hàn Topik 1, hoặc các chứng chỉ thi theo quy định có trình độ tương đương Topik 1. Do đó tất cả các cô dâu Việt muốn có visa vào Hàn Quốc đều phải học tiếng Hàn.

Các cô dâu Việt nên đăng ký học tiếng Hàn tại các trung tâm dạy tiếng Hàn

한국어는 베트남 신부들이 한국 신랑 및 시댁과의 의사소통을 하고 화목한 관계를 이루며 또한 한국 사회에 통합하기 위한 필수적인 도구이다. 또한 앞으로 한국 사회에서 성장해 나가는 자식을 양육하는 어머니의 역할을 잘 이행하도록 하는 요건이다.

그러므로 베트남 신부들이 비자 발급 목적 물론 자신의 장래에 대한 행복을 위해 한국어를 주동적이며 적극적으로 공부하는 결심과 태도를 정해야 한다. 비자 발급 서류의 요구에 응하기 위해 신뢰성이 있는 한국어 교육기관에서 기본적으로 한국어를 공부하며 한국에 간 후에도 자기의 한국어 실력을 향상시키도록 계속하여 한국어를 학습하고 연습하는 것이 좋다.

1.1.2. 한국 결혼이민자의 비자 발급 서류 구비

결혼을 했는데도 비자 발급을 신청하기 위해 필요한 요건을 충분히 준비하지 못한다면 비자 발급을 못 받고 한국에 입국할 수 없을 것이다.

한국 결혼이민자의 비자는 F-6-1류이다. F-6-1 비자 (결혼이민자의 비자) 발급 서류는 주 베트남 대한민국 대사관 혹은 영사관에 제출되어야 한다. 제출될 서류는 아래와 같다.

có uy tín như các Trung tâm Sejong, Trung tâm Giáo dục tiếng Hàn của Bộ Giáo dục Hàn Quốc hoặc Trung tâm văn hóa Hàn Quốc đặt tại các thành phố lớn như Hà Nội, Thành phố Hồ Chí Minh, sau đó thi để đạt trình độ tiếng Hàn theo yêu cầu hồ sơ cấp visa di trú của Hàn Quốc.

Tiếng Hàn với cô dâu Việt là công cụ thiết yếu nhất để giao tiếp, thiết lập và tương hợp quan hệ với chồng với gia đình chồng cũng như để hội nhập thành công vào xã hội Hàn Quốc. Đó cũng là điều kiện để sau này có thể làm tốt nhiệm vụ làm mẹ nuôi dạy con cái khi chúng lớn lên trong xã hội Hàn Quốc.

Do đó các cô dâu Việt cần phải xác định quyết tâm và thái độ học tiếng Hàn một cách chủ động, tích cực, không chỉ vì đó là điều kiện cấp visa mà còn vì cả tương lai hạnh phúc của mình. Nên học một cách căn bản tại các trung tâm dạy tiếng Hàn có uy tín để đạt yêu cầu hồ sơ visa, sau đó khi tới Hàn Quốc vẫn tiếp tục tích cực học và thực hành tiếng Hàn để không ngừng nâng cao trình độ tiếng Hàn của mình.

1.1.2. Hoàn tất các giấy tờ, xin visa kết hôn di trú vào Hàn Quốc

Cho dù bạn đã kết hôn nhưng nếu không đáp ứng đầy đủ những điều kiện cần thiết để xin visa bạn có thể sẽ không được cấp visa và không thể nhập cảnh vào Hàn Quốc.

Visa kết hôn di trú tại Hàn Quốc là loại visa F-6-1. Hồ sơ xin cấp visa F-6-1 (visa cho người kết hôn di trú) cần nộp cho Đại sứ quán hoặc Lãnh sự quán Hàn Quốc tại Việt Nam. Hồ sơ bao gồm:

구분	구비서류
결혼이민 여성이 준비하는 기본적인 서류	-비자 신청자의 여권 -비자 신청서 -이력서 -초청장 -결혼이민 여성의 실태 진술서 -가족관계증명서 -한국인과의 혼인등록증명서 및 4x6사진 -결혼 이민 여성의 결혼상태 확인서
2- 한국 남편이 준비하는 소득증빙 서류	아내를 한국으로 초청하는 남성은 최저 생계를 유지할 수 있도록 소득을 보장해야 한다. 따라서 남편은 급여, 통장잔액, 부동산 등의 재정 능력 및 결혼 후 거주 (주택 소유권 혹은 임대 증빙서류) 요건에 응하는 증명해 주는 문서를 준비하여 베트남 신부의 F-6-1 비자 신청 서류와 함께 보완하도록 베트남 신부에게 송부해야 한다.
3- 한국어 능력의 증빙서류	1급 이상의 한국어 능력 자격증 (토픽) 및 지정된 교육기관의 확인서 중에 한 가지의 증명서를 제출하여야 한다.
4-기타	위의 증빙서류 외에 비자 서류 심사 시 추가로 보완하는 서류를 제출해야 할 수도 있다

*유의사항: 비자신청 서류의 모든 문서는 베트남어·한국어 번역공증 (신부의 경우) 및 한국어·베트남어 번역공증을 받아야 한다. 번역공증을 받은 신부의 서류는 베트남의 아포스티유 확인, 한국의 영사인증을 받아야 한다. 번역공증을 받은 신랑의 서류는 한국의 아포스티유 확인, 베트남의 영사 인증을 받아야 한다.

1.1.3. 한국과 신랑의 고향 지역의 지리, 자연에 대한 정보 파악

+ 아시아 지도에 있는 한국의 지리 위치 및 한국 지도에 있는 신랑의 고향 지역의 위치를 숙지한다.
+ 한국의 지형 및 신랑의 고향 지역의 지형 특징 (평지, 해변, 산지, 섬, 시골, 도시 등)을 알아본다.
+ 한국 기후 및 신랑의 고향 지역의 기후를 알아봐서 사계절에 적합한 의복, 신발과 장신구(악세서리)를 준비하도록 한다.

Phân loại	Giấy tờ cần chuẩn bị
1-Giấy tờ cơ bản do người phụ nữ kết hôn di trú chuẩn bị	-Hộ chiếu của người xin visa -Đơn đăng ký xin cấp thị thực/visa -Tờ khai lý lịch -Giấy mời -Bản tường trình hoàn cảnh phụ nữ kết hôn di trú -Bản sao chứng minh nhân dân -Giấy chứng minh quan hệ gia đình -Giấy đăng ký kết hôn với người Hàn và ảnh 4x6 -Giấy xác nhận tình trạng hôn nhân của người phụ nữ kết hôn di trú.
2-Giấy tờ yêu cầu về thu nhập do người chồng Hàn Quốc chuẩn bị	Người chồng mời vợ sang Hàn Quốc cần phải có mức thu nhập đảm bảo được việc duy trì sinh kế tối thiểu. Do đó người chồng cần phải hoàn tất các giấy tờ chứng minh có đủ điều kiện tài chính (mức lương, số dư tài khoản, bất động sản v.v...); đủ điều kiện cư trú sau hôn nhân (giấy tờ sở hữu nhà ở hoặc thuê mướn) gửi về cho vợ để nộp vào hồ sơ xin cấp visa F-6-1 của vợ.
3-Giấy tờ yêu cầu về năng lực tiếng Hàn	Phải nộp 01 trong những giấy tờ sau: Giấy chứng nhận năng lực tiếng Hàn (TOPIK) từ cấp 1 trở lên; giấy xác nhận của cơ quan đào tạo được chỉ định.
4-Khác	Ngoài những giấy tờ trên trong quá trình thẩm tra visa bạn có thể cần nộp thêm những giấy tờ bổ sung khác.

*Chú ý: Tất cả các giấy tờ cho hồ sơ xin cấp visa đều phải được dịch công chứng Việt-Hàn (giấy tờ của người vợ) công chứng Hàn-Việt (giấy tờ của người chồng). Giấy tờ của vợ sau khi dịch công chứng cần được chứng nhận lãnh sự của Việt Nam và hợp pháp lãnh sự của Hàn Quốc. Giấy tờ của chồng sau khi dịch công chứng cần được chứng nhận lãnh sự của Hàn Quốc và hợp pháp lãnh sự của Việt Nam.

1.1.3. Tìm hiểu thông tin địa lý, điều kiện tự nhiên của Hàn Quốc và của địa phương quê hương chồng:

+ Tìm hiểu vị trí địa lý của Hàn Quốc trong bản đồ châu Á và vị trí của địa phương quê hương chồng trên bản đồ Hàn Quốc.

+ Thông tin về đặc điểm địa hình của Hàn Quốc và của địa phương quê hương chồng (đồng bằng, duyên hải, vùng núi hay biển đảo, nông thôn hay đô thị v.v...)

+ Thông tin về khí hậu Hàn Quốc và khí hậu ở quê chồng để có sự chủ động chuẩn bị về quần áo, giày dép và phụ kiện phù hợp 4 mùa.

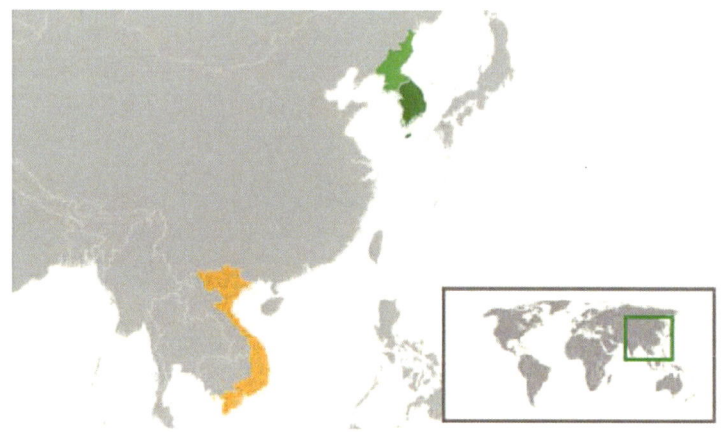

한국과 베트남 위치

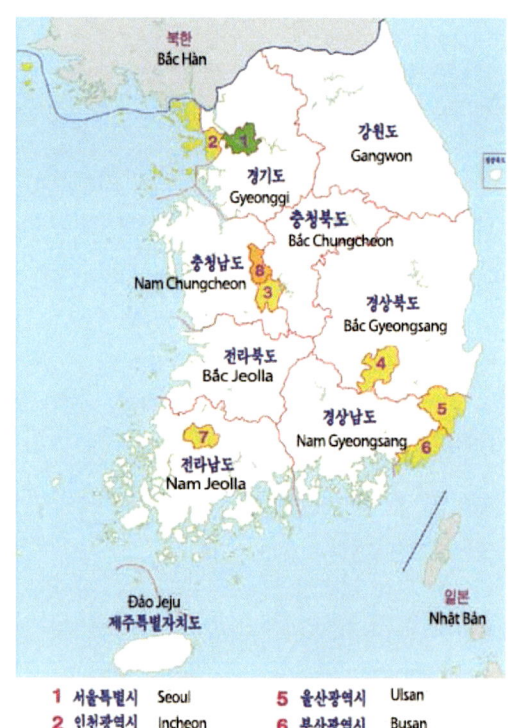

대한민국 행정지도

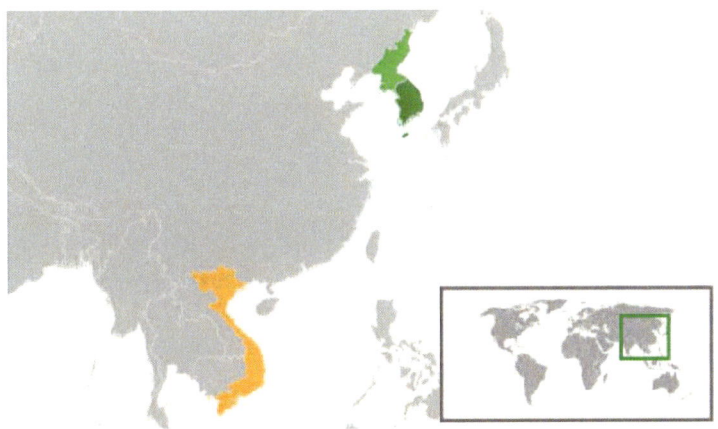

Hàn Quốc và Việt Nam trên bản đồ châu Á

Bản đồ hành chính của Đại Hàn dân quốc

베트남 행정지도

Bản đồ hành chính của Việt Nam

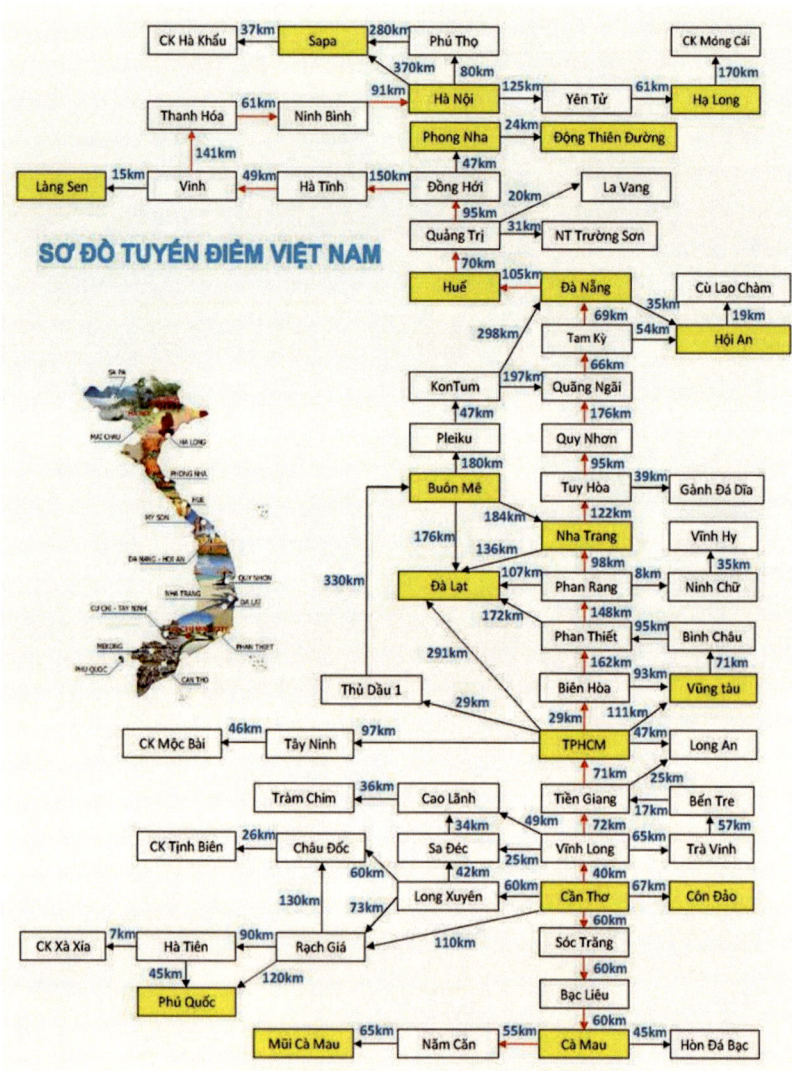

베트남 지역 및 지역간 간격 지도

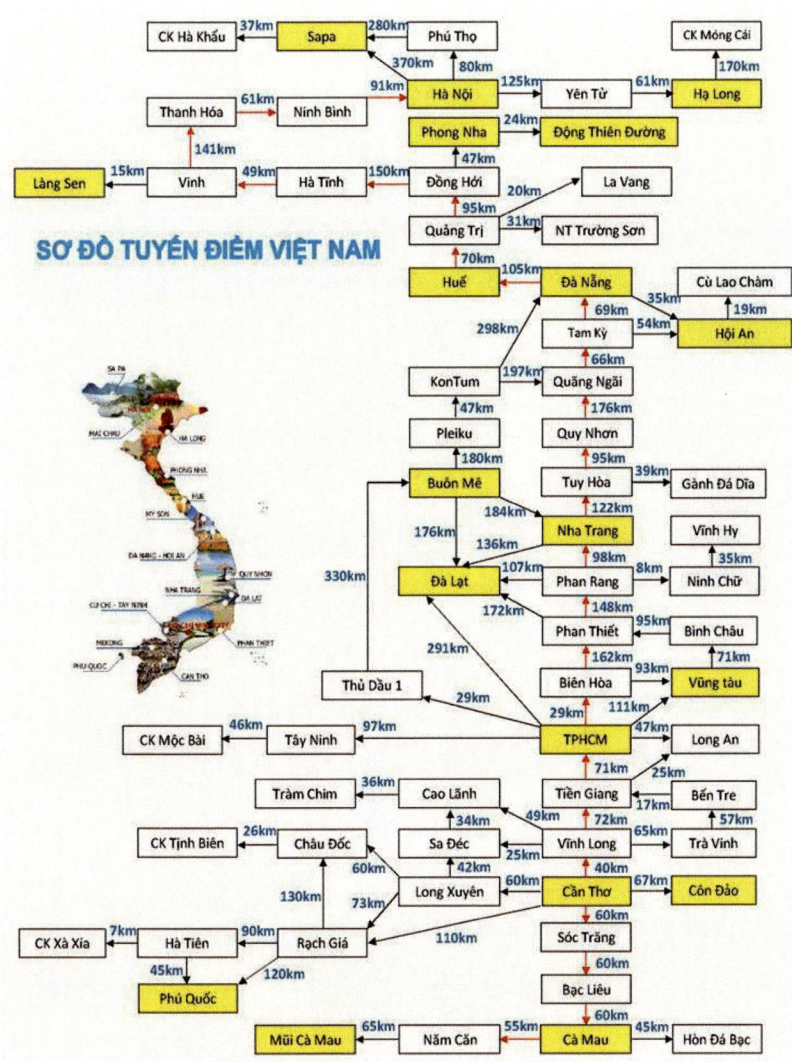

Sơ đồ tên và khoảng cách các tỉnh Việt Nam

한국과 베트남의 자연조건 비교

자연	공통점	차이점	
		한국	베트남
지형	- 반도지형, 해안이 긴 특징. - 중국과의 같은 국경이 있음	- 위치: + 동북아시아에 위치해 있음. + 세계의 무역교류와 문화교류 중심지역에 속하지 않음	- 위치: + 동아시아와 동남아시아간 전환점. + 세계의 무역교류와 문화교류 통로의 중심지에 있음.
	3분의 2는 산악지대, 3분의 1은 평야임	- 산이 전국에 골고루 자리를 잡고 한국 문화의 주인의 거주 지역에 붙어 있음 - 평야가 작고 좁으며 주로 남에 모여 있음	- 산이 서북 지역과 서쪽 국경에 따라 배치되고 베트남 문화의 다수민의 주요 거주지역에 붙어 있음. - 평야가 보다 넓으며 북, 중, 남부에 골고루 배치 되고 북쪽과 남쪽에 중심적으로 모여 있음.
	- 강, 냇가가 많아 수로 교통이 편리하며 관개용수가 풍부함	- 베트남에 비해 강, 냇가의 수와 밀도가 작음	- 전세계적으로 제1위를 차지하는 수량이 많고 밀도가 높은 강, 냇가, 하천.
기후	- 비가 많이 오고 햇빛이 강함으로 농사 짓는 데에 상당히 부합함	- 온대와 열대의 중간에 있으며 뚜렷한 4계절이 있음.	- 습도가 많은 열대 기후임. - 뚜렷한 4계절이 북쪽에만 있음.
동식물, 광물 자원	물벼, 대나무 등의 비슷한 농작물이 많음	- 생태계가 특수성과 복합성의 중간에 있음. - 동식물이 별로 풍부하지 않으며 겨울에 낙엽이 지는 활엽수가 있는 석산 지대의 특수한 종류임. - 광물 자원이 별로 풍부하지 않음	- 생태계가 복잡하며 풍부 하고, 다양성이 높음. - 동식물이 아주 풍부하며 열대 정글의 식물이 울창한 특징이 있음. - 여러 가지 산업분야에서 활용될 수 있는 광물자원이 풍부함.

So sánh các điều kiện tự nhiên của Hàn Quốc và Việt Nam

Tự nhiên	Những đặc điểm giống nhau	Những đặc điểm khác nhau	
		Hàn Quốc	Việt Nam
Địa hình	- Địa hình bán đảo, có đường bờ biển dài. - Đều có biên giới chung với Trung Quốc.	- Vị trí: + Nằm hoàn toàn ở Đông Bắc Á. + Không thuộc khu vực trung tâm giao thương và giao lưu văn hóa của thế giới.	- Vị trí: + Chuyển tiếp giữa Đông Á và Đông Nam Á. + Ở vị trí trung tâm của con đường giao thương và giao lưu văn hóa của thế giới.
	- 2/3 là đồi núi 1/3 là đồng bằng	- Núi phân bố khắp lãnh thổ và gắn với địa bàn cư trú của chủ nhân văn hóa Hàn. - Đồng bằng nhỏ, hẹp và tập trung ở phía nam	- Núi phân bố tập trung ở khu Tây bắc và dọc biên giới phía Tây không gắn với địa bàn cư trú chủ yếu của tộc người chủ thể trong văn hóa Việt. - Đồng bằng rộng hơn phân bố đều ở cả 3 miền, tập trung vào 2 khu vực Bắc-Nam.
	- Nhiều sông suối, giao thông thủy thuận lợi và nguồn nước tưới dồi dào.	- Số lượng và mật độ sông suối ít hơn Việt Nam.	- Số lượng và mật độ sông suối kênh rạch dày đặc vào loại nhất thế giới.
Khí hậu	- Nhiều mưa, nắng, tương đối thích hợp với gieo trồng nông nghiệp	- Trung gian giữa ôn đới và nhiệt đới. 4 mùa rõ rệt.	- Hoàn toàn khí hậu nhiệt đới ẩm. 4 mùa chỉ rõ ở miền Bắc.
Tài nguyên động thực vật, khoáng sản	Có một số loại cây trồng giống nhau: lúa nước, tre	- Hệ sinh thái trung gian giữa chuyên biệt và phồn tạp. - Động, thực vật không phong phú và là các loại đặc trưng của rừng núi đá có cây lá rụng về mùa đông. - Tài nguyên khoáng sản không phong phú.	- Hệ sinh thái phồn tạp, chỉ số đa dạng cao. - Động thực vật rất phong phú gồm các loại đặc trưng của rừng rậm nhiệt đới có cây cối xanh tốt quanh năm. - Giàu tài nguyên khoáng sản cho nhiều ngành công nghiệp với trữ lượng tương đối dồi dào.

***1.1.4.* 한국인과 베트남인의 문화적 특징, 성격 특징에 대한 동질성과 이질성 알아보기. 설, 추석, 돌, 결혼식, 장례식 등 한국인의 일생에 있어 중요한 명절, 풍습, 관행에 대해 알아보기**

그 중 한국 문화와 베트남 문화에 있어 위계질서 중시 (윗사람의 말을 아랫사람이 복종하는 것), 각종 의사소통 행동 및 행사 때의 예절 중시, 단일 문화 자부심 (한국인과 한국 문화를 더 중시하는 것) 등의 한국 문화 및 친근함과 화합 중시, 위계질서 덜 중요하게 여기는 것, 예절을 덜 중요하게 생각하는 것, 문화 강요에 대한 반항 (다른 사람의 문화에 따라 압제를 받아 행동해야 하는 것을 원하지 않는 것) 등의 베트남 문화 간의 가장 뚜렷한 차이점을 유의하는 것이 좋다. 이러한 이질성으로 인해 동거할 때 문화 갈등을 쉽게 불러일으키는 것이다. 그러나 이는 문화 정체성이므로 옥신각신 따질 일이 아니다. 여기로부터 타국 물론 타 문화에서 결혼할 때 상대방을 깊이 이해하고 관용하는 태도 및 어려움을 인정하는 것이 필요하다. 두 사람은 화합을 이루고 어려움을 넘어가 행복을 추구하기 위하여 성의를 표하며 자율적인 자세를 준비해야 한다.

***1.1.5.* 한국의 기본적인 음식의 조리법을 연습하고 일반적인 음식을 먹는 것을 숙지한다. 한국 음식에 대해 총괄적으로 소개하고 한국인 가족의 식상에 자주 차려 지는 200개 이상의 음식 조리법을 안내하는 베트남어로 발간된 '한국인의 맛'을 참조하는 것이 좋다[9].**

한국 요리 몇 가지를 배우고 숙지하면서 한국 사회에 적응하기 위해 한국인의 맛으로 식사하는 것을 숙지하는 것이 좋다.

베트남 퍼 (쌀국수의 일종), 베트남식 튀김 만두 짜조 등의 베트남의 맛있는 요리 또는 떡, 찹쌀밥, 베트남식 팥빙수 째 등의 조리법을 배워서 기회가 있으면 신랑, 시댁 혹은 시댁의 지인에게 베트남 음식에 대해서 소개하기도 한다.

---

[9] 조명숙, Vo Thi Thanh Mai: "한국인의 맛", 청년출판사, 호찌민시, 2010.

1.1.4. Tìm hiểu về sự tương đồng và khác biệt về đặc trưng văn hóa, đặc trưng tính cách giữa người Việt và người Hàn. **Tìm hiểu về những ngày lễ, tết và những phong tục tập quán nổi bật trong nghi lễ vòng đời của người Hàn như: Tết Nguyên đán, Tết Trung thu, lễ cúng đầy năm, lễ cưới, tang lễ v.v...**

Trong đó lưu ý đặc trưng khác biệt rõ nét nhất giữa văn hóa Hàn Quốc và văn hóa Việt Nam là đặc trưng *coi trọng thứ bậc tôn ty* (người trên nói người dưới phải nghe, phải phục tùng); *coi trọng lễ nghi* trong các hoạt động giao tiếp ứng xử, trong các sự kiện tổ chức v.v...; *tự tôn đơn văn hóa,* (coi trọng người Hàn và văn hóa Hàn hơn) của văn hóa Hàn Quốc và đặc trưng *ưa thân mật hòa đồng, ít trọng thứ bậc tôn ty, ít trọng lễ nghi* và *phản kháng áp đặt văn hóa* (không muốn bị áp đặt ứng xử theo văn hóa của người khác) của văn hóa Việt Nam. Sự khác biệt này dễ gây va chạm văn hóa trong quá trình chung sống. Tuy nhiên đây là sự khác biệt thuộc về bản sắc văn hóa nên không thể có phán xét đúng, sai, phải, trái.Ở đây cần một sự thấu hiểu, một thái độ khoan dung, chấp nhận khó khăn khi lấy vợ/chồng khác quốc gia, khác văn hóa. Cả hai phía cần có thiện chí, chuẩn bị một tinh thần chủ động xây dựng sự tương hợp và sẵn sàng vượt khó để tìm kiếm hạnh phúc.

1.1.5. Học cách chế biến và tập ăn một số món ăn cơ bản thường ngày của Hàn Quốc. **Nên tham khảo cuốn sách "Vị của người Hàn Quốc", xuất bản bằng tiếng Việt, giới thiệu tổng quan về ẩm thực Hàn Quốc và cách chế biến hơn 200 món ăn thường có mặt trên bàn ăn của gia đình Hàn Quốc**[9]**.**

- Học và thực hành nấu một số món ăn của Hàn Quốc, tập ăn theo khẩu vị của người Hàn để sẵn sàng thích nghi.
- Học và thực hành nấu một số món ăn ngon của Việt Nam (phở, chả giò, cơm tấm v.v...) hoặc các món bánh, xôi, chè v.v... của Việt Nam để sẵn sàng giới thiệu ẩm thực Việt Nam với chồng, với gia đình chồng hoặc bạn

---

9 Xem Cho Myeong Sook, Võ Thị Thanh Mai: *"Vị của người Hàn Quốc",* nxb Thanh niên, TPHCM, 2010.

베트남인과 한국인의 음식생활 문화에 있어 양식과 식품의 동질성이 상당히 많음으로 베트남 신부들이 한국에서 베트남 요리의 재료를 기본적으로 구할 수 있는 점은 유리한 점이다. 그러므로 한국에서 시집살이를 할 때 양국의 음식문화에 따라 요리하는 것은 별로 어렵지 않은 일이다. 중요한 것은 베트남 신부가 자기가 가사를 잘 돌보는 사람이 되어야 하는 것을 의식해야 하는 것이다. 온 가족들의 건강을 위한 맛있는 요리를 잘하는 것은 베트남 신부가 꼭 숙지하며 이행해야 하는 시집살이를 하고 아내의 역할을 하는 중요한 능력이다. 다문화 가족의 실태에 있어서 한국 음식문화에 적응해 나갈 수도 있고 신랑과 시댁에게 베트남의 맛있는 음식을 소개할 수도 있음으로 애로사항을 유리한 점으로 삼아야 한다. 그러한 인식을 가지게 된다면 요리를 연습하며 베트남과 한국의 요리를 안내하는 베트남어로 기재된 자료, 책자나 동영상을 준비하여 한국으로 가져가서 자기가 가사를 잘 돌볼 수 있는 능력을 보여 줄 수 있도록 한다.

bè khi có điều kiện.

May mắn là lương thực và thực phẩm trong đời sống ẩm thực của người Việt và người Hàn là khá tương đồng nên các cô dâu Việt có thể cơ bản tìm được nguyên liệu nấu món Việt Nam tại Hàn Quốc. Do đó điều kiện để nấu được các món ăn theo 2 phong cách văn hóa hai quốc gia trong khi làm dâu tại Hàn Quốc là nằm trong tầm tay. Điều quan trọng là cô dâu Việt phải ý thức được rằng mình sẽ phải là người đảm đang nội trợ.nấu ăn ngon, đảm bảo sức khỏe cho gia đình là kỹ năng làm dâu, làm vợ rất quan trọng, rất cơ bản nhất định phải học phải làm. Trong điều kiện đa văn hóa thì cô dâu Việt phải biến cái khó thành lợi thế: nghĩa là có thể vừa học được, thích nghi được với ẩm thực Hàn Quốc vừa giới thiệu được các món ngon của ẩm thực Việt Nam với chồng và gia đình chồng.nếu ý thức được như vậy, cô dâu Việt nên học thực hành và chuẩn bị cho mình các tài liệu, sách, hay video hướng dẫn nấu ăn cả hai loại ẩm thực Việt- Hàn bằng tiếng Việt, mang theo sang Hàn Quốc để sẵn sàng thể hiện sự đảm đang, tháo vát của mình.

PHẦN 1 CẨM NANG CHO GIAI ĐOẠN CHUẨN BỊ THIẾT LẬP HÔN NHÂN HÀN-VIỆT

* 한국의 베트남 신부를 위한 참고 자료: '한국인의 맛'

* Sách tham khảo bổ ích cho cô dâu Việt khi làm dâu tại Hàn Quốc: - Sách *"Vị của người Hàn Quốc"*

집필자: 조명숙, 보티탄마이
지원기관: 한국문화정보센터
출판사: 호찌민시 청년출판사, 2010

본 책자는 베트남어로 출판되어 있고 한국의 200개 이상의 음식 조리법과 재료에 대해 소개한 것이다. 또한 한국인의 식사예절도 소개한 것이다.

1.1.6. 신랑과의 지속적 연락 및 정보 공유 유지

한국어가 아직 서툰 관계로 언어소통에 문제를 겪을 일이 있겠지만 신랑에게 자기가 좋은 신부 또한 좋은 아내가 되며 한국 생활에 잘 적응하기 위해 어떻게 적극적으로 준비하느냐에 대해서 편지, 문자 메시지, 사진을 보내도록 언어지원 서비스를 활용하여 신랑과의 꾸준한 연락을 유지하려고 노력하는 것이 좋다.

1.1.7. 베트남 여성협회가 한국과 협력하여 공동으로 지방에서 주최하는 한국 남성과 결혼하고 이민 가는 베트남 여성을 위한 사전 교육과정 참여

한국으로 결혼이민을 가기 위해 베트남 신부들에게 한국의 풍습, 관행 및 한국 생활의 행동지침 등의 유익하고 도움이 되는 정보와 조언을 제공해주는 교육과정이다. 이는 앞으로 한국 내 자기 다문화가정의 행복을 추구하는 데에 최대한 예비를 하려고 활용해야 하는 기회이므로 베트남 신부들이 이러한 교육과정에 꼭 신청하여 적극적으로 참여하는 것이 좋을 것이다.

Tác giả: Cho Myeong Sook và Võ Thị Thanh Mai

Sách do Trung tâm thông tin về văn hóa Hàn Quốc tài trợ. Nxb Thanh niên, Thành phố Hồ Chí Minh, xuất bản năm 2010.

Sách xuất bản bằng tiếng Việt, là tuyển tập giới thiệu về ẩm thực Hàn Quốc với hơn 200 món ăn, thức uống thường có mặt trên bàn ăn của người Hàn, nguyên liệu và cách chế biến các món ăn đó. Đồng thời cũng giới thiệu văn hóa ứng xử trên bàn ăn của người Hàn Quốc.

1.1.6. Giữ liên lạc và thường xuyên trao đổi thông tin với chồng

Mặc dù có thể gặp khó khăn về ngôn ngữ trong lúc chưa học giỏi tiếng Hàn, cô dâu Việt vẫn phải cố gắng giữ liên lạc thường xuyên với chồng bằng cách sử dụng dịch vụ hỗ trợ ngôn ngữ để viết thư, gửi tin nhắn, gửi hình ảnh các hoạt động của mình về việc mình đang chuẩn bị tích cực để sẵn sàng làm một người vợ và một cô dâu tốt, sẵn sàng thích nghi với điều kiện sống ở Hàn Quốc của mình cho chồng.

1.1.7. Tham gia học tập tại chương trình giáo dục định hướng cho phụ nữ Việt Nam kết hôn di trú với nam Hàn Quốc được Hội liên hiệp phụ nữ Việt Nam phối hợp với Hàn Quốc tổ chức tại địa phương.

Đây là một chương trình giáo dục cung cấp những thông tin và những tư vấn về phong tục tập quán, về kỹ năng sống tại Hàn Quốc rất thiết thực và hữu ích cho các cô dâu Việt đang chuẩn bị đến Hàn Quốc di trú kết hôn. Các cô dâu Việt nên đăng ký và tích cực tham dự vì đây là cơ hội cần tận dụng để chuẩn bị tốt nhất cho việc tìm kiếm hạnh phúc trong gia đình đa văn hóa của mình tại Hàn Quốc trong tương lai.

1.2. 하지 말아야 할 일

1.2.1. 한국어 준비와 한국 사회에서의 적응을 위한 (스킬) 준비하는 일의 중요성을 인식하지 못함으로 한국어를 공부하지 않으면서 필요한 스킬을 열심히 연습하지 않으며 또한 필요한 자세를 정해 놓고 어려움을 극복하는 결심을 하기 위해 문화적 이질성 및 언제든지 발생할 수 있는 문화 갈등에 대해 잘 파악하지 못하는 것이다.

이는 한국 사증을 못 받을 일을 일으킬 수 있는 큰 실수이며 한국에 입국한 후에도 한국 사외의 통합 및 적응을 위한 충분한 준비를 못함으로 가정의 행복이 무너질 위기에 놓이게 된다.

1.2.2. 결혼중개인에 집착하거나 의사소통을 위한 언어 미숙에 대한 열등감으로써 신랑하고 꾸준한 연락을 유지하지 못하는 것이다.

1.2.3. 신랑의 선의와 좋은 마음을 이용하여 한국어 과정 등록금, 입국 사증 신청 요금 등의 지원 서비스 요금을 지나치게 요구하는 것이다. 자신의 외모를 꾸미고 자랑하려고 과도한 쇼핑을 하는 것이다. 이는 상대방의 신뢰성을 쉽게 잃어버리게 하며 경시를 받고 버림을 당하게 하기 때문에 이를 범한다면 너무나 미련해 보이게 될 수 있다.

1.2.4. 이러한 짧은 준비 기간에 임신하게 하는 것이 안 좋다. 그러므로 이 부분을 신랑하고 미리 협의하고 성생활을 한다면 피임 방법을 활용하는 것이 좋다. 그러나 의외로 임신하게 된다면 너무 걱정하지 말아야 한다. 신뢰성이 있는 산부인과에 찾아가 태아를 검진한 후 신랑과 시댁에게 태아검진 사진, 임신확인서를 송부하여 소식을 알려 더 적극적인 준비를 할 수 있도록 한다. 임신 정보를 숨기면 안 되는 일이고 한국에서 신랑과 함께 살지 못하는 상황에 있어서 이는 유의해야 하는 예민한 문제이기 때문이다.

1.2. Những việc không nên làm

1.2.1. Không ý thức được tầm quan trọng của việc chuẩn bị ngôn ngữ và các kỹ năng để hội nhập ở Hàn Quốc nên không học tiếng Hàn và rèn luyện các kỹ năng một cách chăm chỉ, không tìm hiểu kỹ càng sự khác biệt văn hóa các va chạm văn hóa dễ xảy ra để chuẩn bị tâm lý và quyết tâm vượt khó.

Đây là sai lầm quan trọng có thể dẫn đến việc cô dâu Việt không thể có visa Hàn Quốc hoặc nếu có thể vào được thì cũng tiềm ẩn nguy cơ đổ vỡ hạnh phúc do thiếu chuẩn bị để hội nhập và thích nghi.

1.2.2. Không giữ không tin liên lạc thường xuyên với chồng do lệ thuộc vào người môi giới hoặc tự ti thiếu ngôn ngữ.

1.2.3. Lạm dụng thiện chí và lòng tốt của chồng để yêu cầu tiền bạc quá mức các phí dịch vụ chuẩn bị (tiền học tiếng Hàn, tiền làm giấy tờ visa v.v...). Se sua mua sắm vật chất để phô trương. Thực hiện điều này là một đại dột to lớn vì đó là con đường nhanh nhất để bị mất lòng tin, bị coi thường và bị loại bỏ.

1.2.4. Chưa nên có thai trong giai đoạn chuẩn bị gấp rút này. Các cô dâu mới nên thống nhất điều đó với chồng và chủ động phòng tránh thai khi gần gũi. Tuy nhiên nếu lỡ có thai thì cũng không nên quá lo lắng. Nên đến thăm khám thai tại các bệnh viện chuyên môn, có uy tín, có đủ giấy tờ, hình ảnh và chứng thực về thai nhi, gửi cho chồng và gia đình để báo tin và bàn bạc kế hoạch chuẩn bị tích cực hơn. Không nên giấu thông tin về điều này vì trong điều kiện chưa thực sự chung sống với chồng tại Hàn Quốc thì đây là vấn đề nhạy cảm, cần phải hết sức lưu ý.

2. 한국 신랑이 준비해야 할 일

2.1. 해야 할 일

2.1.1. 신부와 꾸준한 연락을 주동적으로 유지하며 부부가 빠른 시일 내에 한국에서 같이 살 수 있도록 결혼이민 입국사증 신청 서류를 준비하는 데에 적극적 지원을 해 주는 것이 좋다.

2.1.2. 신부가 한국 사회에 적응을 준비하도록 가정 형편, 거주지의 기후, 날씨 또한 거주지의 환경에 대한 정보를 알려 준다.

2.1.3. 신부의 한국 사회 적응을 위한 한국어 교육 과정 혹은 기타 스킬을 익히는 과정의 등록금을 지원해 준다. 신부에게 이러한 지원을 하기 전에 신부하고 직접 협의하여 상황을 잘 파악하고 이용을 당하지 않도록 제3자를 통하지 않는 것이 좋다.

2.1.4. 한국에서의 일상생활의 관념과 예절에 아직 적응하지 못하는 신부의 어려움을 공감하도록 베트남 문화에 대해 알아보고 나서 신부가 한국의 행동지침을 잘 이해하며 한국 생활에 적응할 수 있도록 지도해 준다.

2.1.5. 신부의 적극적 준비와 신상정보를 가족들에게 알려 준다. 가정의 새로 올 구성원을 포용의 마음으로 맞이하기 위해 가족들에게 외국인 신부와 같이 살 때 발생할 수 있는 애로사항 및 부딪침에 대해 잘 협의하여야 한다

2. Công việc chuẩn bị của chú rể Hàn Quốc

2.1. Những việc nên làm

2.1.1. Nên chủ động giữ liên lạc thường xuyên với vợ, tích cực hỗ trợ vợ thực hiện hoàn tất các giấy tờ xin visa di trú kết hôn để vợ chồng sớm được đoàn tụ tại Hàn Quốc.

2.1.2. Nên chủ động, thông tin cho vợ biết rõ thêm về gia cảnh, về điều kiện khí hậu, thời tiết cũng như điều kiện môi trường sống của nơi mình đang sinh sống để vợ chuẩn bị thích nghi.

2.1.3. Nên chủ động tạo điều kiện hỗ trợ cho vợ phí học tiếng Hàn hoặc phí học một số kỹ năng khác để chuẩn bị hội nhập vào Hàn Quốc. Trước khi hỗ trợ nên thảo luận trực tiếp, nắm rõ tình hình, không nên qua trung gian để tránh bị lợi dụng.

2.1.4. Tìm hiểu thêm về văn hóa Việt Nam để hiểu rõ khó khăn của vợ khi chưa thích nghi với quan niệm và lễ nghi trong đời sống hàng ngày ở Hàn Quốc để sẵn sàng hướng dẫn vợ hiểu rõ cách ứng xử và thích nghi với đời sống sinh hoạt ở Hàn Quốc.

2.1.5. Chủ động đưa các thông tin về vợ, về sự chuẩn bị tích cực của vợ cho người thân trong gia đình. Thảo luận kỹ với các thành viên trong gia đình về các khó khăn, các va chạm khi chung sống với cô dâu ngoại quốc để chuẩn bị tâm lý bao dung đón nhận thành viên mới.

2.2. 하지 말아야 할 일

2.2.1. 신부와의 꾸준한 연락을 유지하지 못함으로 베트남에서의 신부의 실제 상황을 파악하지 못하거나 결혼 성립 후에 신부에게 입국사증 신청을 위한 지원 또한 부부 간의 거리감을 줄이는 데에 피동적인 자세로 임해서는 안 된다.

2.2.2. 베트남 내 한국어 공부, 입국사증신청 등 신부의 실제적인 준비 사항을 파악하지 않으면 안 된다. 신부가 한국에 입국하기 전에 최대한 준비를 할 수 있도록 각종 서비스 요금 지출을 하는 데에 충분한 관심과 지원을 아끼지 말아야 한다. 또는 신부를 과신함으로 이용을 당해서는 안 된다.

2.2.3. 가족들이 신부의 초기적인 적응 단계에 공감하며 포용의 마음으로 받아들일 수 있도록 다문화 결혼 성립 시 생길 수 있는 어려움을 가족들하고 미리 협의하여야 한다.

유의사항:

중개를 통한 혼인에 있어서 부부간의 주고 받는 관계에 있어 서로 대하는 일은 매우 중요한 일이다. 혼인 성립의 초기 과정에 부부의 호의, 마음과 인격을 표현하는 최초의 접촉이다. 그러므로 올바르게 행동하도록 유의 해야 한다. 부부 중에 한 사람만 잘못 대한다면 앞으로 다문화가정의 굳건한 발전에 나쁜 영향을 끼칠 수 있을 것이다.

2.2. Những việc không nên làm

2.2.1. Không giữ liên lạc thường xuyên với vợ nên không nắm được tình hình thực tế của vợ ở Việt Nam, bị động trong việc hỗ trợ vợ xin visa hoặc trong việc thu hẹp khoảng cách giữa hai vợ chồng sau khi hôn nhân đã được thiết lập.

2.2.2. Không nắm rõ các yêu cầu thực tế cần chuẩn bị của vợ trong việc học tiếng Hàn, xin visa v.v... tại Việt Nam. Không quan tâm và hỗ trợ đúng mức các loại phí chuẩn bị để vợ có điều kiện chuẩn bị tốt nhất trước khi đến Hàn Quốc. Hoặc ngược lại, quá cả tin và dễ dãi để bị lợi dụng thì đều không tốt.

2.2.3. Không chủ động thảo luận với người thân về những khó khăn khi thiết lập hôn nhân đa văn hóa của mình để người thân có thể cảm thông, bao dung với cô dâu mới trong buổi đầu hội nhập.

Ghi nhớ:

Trong điều kiện hôn nhân qua môi giới, ứng xử trong việc cho và nhận ở giai đoạn ban đầu của vợ chồng là rất quan trọng. Đó là các giao tiếp đầu tiên thể hiện thiện chí, tấm lòng và nhân cách của hai bên sau khi mới thiết lập hôn nhân. Vì vậy cần chú tâm ứng xử đúng. Một trong hai người ứng xử sai thì đều ảnh hưởng xấu đến sự bền vững của gia đình đa văn hóa sau này.

2부

베트남 신부의 한국 사회 조기통합 단계에 대한 길잡이

PHẦN 2

GIAI ĐOẠN HỘI NHẬP BAN ĐẦU TẠI HÀN QUỐC CỦA CÔ DÂU VIỆT

I. 초기 단계에 공동협력으로 극복해 나가야 할 이질성과 어려움

1. 다문화 국제결혼에 있어서 상대방을 향한 인식 및 기대의 차이

- 한국 남편과 시댁식구들은 아내와 며느리의 역할인 자녀 출산, 남편과 자녀 양육, 시부모에 대한 효도와 요리, 집 청소 등에 전념하는 아내 또한 며느리를 기대한다. 요약해서 말하면 가족의 요리를 잘하고 살림을 잘 챙겨주는 여성에 대한 기대이다.

- 베트남 신부들은 대부분 나이가 젊고 한국 남성하고 결혼하면 더 잘 살 수 있다는 것을 기대하는 반면, 낯선 생활환경 속에서 아내와 며느리의 역할을 담당해야 한다는 의식을 지니지 못함으로써 집안일에 전념하기 위한 노력이 좀 부족한 것이 사실이다. 심지어 사회에 나가 베트남에 있는 가족들을 재정적으로 자유롭게 돕기 위해 직장을 다녀서 돈을 벌려고 하는 사람들이 많다.

2. 결혼 후 친정 부모와 자녀 간의 관계와 친정 가족들에게 보조금을 송금하는 일에 대한 관념적 차이

한국과 같은 남존여비 사회에는 결혼한 후 여성은 더 이상 자기 친정에 속하지 않고 남편과 시댁을 위해 온 마음을 쏟아야 한다는 관념이 있다. 이에 친정 부모에게보다는 시부모에게 효도를 주로 해야 한다는 것이다. 그런데 베트남인에게는 친정 부모와 딸 간의 관계에 있어 별 변함이 없고 효도는 양가에게 다 해야 한다고 생각한다. 다문화 중개 혼인의 특정한 환경 속에 있어 한국 남성하고 결혼하려는 베트남 여성들의 동기는 베트남에 있는 부모와 가족들을 경제적으로 지원해 주는 방법을 모색하는 것이다. 그래서 친정 부모를 위한 베트남 신부들의 효심이 결혼한 후에도 사라지지 않으며 오히려 더욱 강력해지는 것이다.

이러한 관념과 형편에 관한 이질성으로 인해 결혼 이후 한국 남편과 가족들에게 결혼한 여성이 왜 자기 친정 부모에게 시댁보다 신경을 더 많이 쓰

I. Những khác biệt và khó khăn ban đầu thường gặp cần biết để hai bên cùng cố gắng vượt qua

1. Khác biệt về tâm thức và kỳ vọng của hai bên về nhau trong kết hôn đa văn hóa

- Chồng và gia đình chồng mong muốn có được một người vợ, một người con dâu yên tâm với vai trò làm vợ, làm dâu, toàn tâm toàn ý cho việc sinh con, chăm sóc tốt chồng con, hiếu thảo với cha mẹ chồng, siêng năng nấu nướng dọn dẹp nhà cửa v.v... Tóm lại, đó là kỳ vọng về một người phụ nữ nội trợ, đảm đang trong gia đình.

- Cô dâu Việt đa số tuổi còn trẻ, kỳ vọng lấy chồng Hàn Quốc để có được cuộc sống an nhàn sung sướng hơn, chưa có ý thức đảm nhiệm vai trò làm vợ, làm dâu trong môi trường xa lạ nên có thể chưa cố gắng chu toàn công việc nội trợ. Thậm chí nhiều người còn muốn nhanh chóng ra ngoài đi làm kiếm tiền, tương đối độc lập tài chính để giúp đỡ gia đình mình.

2. Khác biệt trong quan niệm về quan hệ giữa con gái và bố mẹ ruột sau khi lấy chồng và vấn đề gửi tiền về nhà vợ sau kết hôn

- Trong xã hội trọng nam của Hàn Quốc, người phụ nữ sau khi đã lấy chồng sẽ không còn thuộc về gia đình ruột thịt của mình nữa mà phải toàn tâm toàn ý hết mực vì chồng và gia đình chồng. Việc hiếu thảo chủ yếu phải tập trung vào bố mẹ chồng chứ không phải bố mẹ đẻ. Trong khi đó, với người Việt, quan hệ giữa cha mẹ ruột và con gái không có gì thay đổi, việc hiếu thuận phải dành cho cả hai bên. Trong hoàn cảnh đặc thù của hôn nhân đa văn hóa qua môi giới thì động cơ lấy chồng Hàn Quốc của nhiều cô dâu Việt lại chính là tìm kiếm lối thoát kinh tế giúp đỡ cha mẹ và gia đình ở Việt Nam. Lòng hiếu thuận với cha mẹ ruột của cô dâu chỉ có tăng lên chứ không có giảm đi sau khi lấy chồng Hàn.

Do khác biệt về quan niệm và hoàn cảnh như vậy nên sau khi kết hôn,

고 또한 친정 부모에게 계속 돈을 보내느냐에 대한 것이 이해가 안 되는 것이다.

그러므로 한-베 다문화가정에게 쉽게 발생하는 충돌은 바로 경제적 충돌이다. 돈을 버는 목적은 베트남 신부와 가족들에게는 중요한 결혼 동기이므로 자기를 위해 물질을 쓰고 친정에 돈을 보내는 것은 불변의 중요한 욕구이다. 그런데 학력 수준이 낮고 한국어가 능숙하지 못하고 아무 직업도 없는 베트남 신부에게는 한국에서 생산 과정에 참여하여 가족의 소득 증대에 기여하는 것은 가능성이 너무나 낮은 것으로 보인다. 따라서 한-베 다문화가정의 신부들이 경제적으로 종속되고 결정권이 없는 처지에 놓이는 반면에 가족들에게 돈을 보내야 한다는 경제적인 욕구는 많다.

그러나 농촌이나 도시의 빈민층인 한국 신랑의 가족들에게 베트남 신부의 경제적 욕구에 응해 주는 능력에는 분명히 한계가 있다. 결혼 후 친정 부모와 딸의 관계에 관한 관념적인 차이가 있으면서 중개를 통한 결혼의 상태에 있어서 신랑과 신랑의 가족들은 베트남 신부가 돈을 쓰거나 친정 가족들에게 돈을 보내주도록 하기 위해서 돈을 줄 수 있는 애정이나 마음이 충분히 갖춰지지 않은 경우가 대부분이다. 심지어 시댁 식구들이 공개적으로 불편함을 표현하며 신부의 돈 지출을 최대한 줄이며 철저하게 관리하는 경우도 있다.

그리하여 가정 내에서 언제든지 충돌이 발생할 수 있고, 행복한 가정의 안정을 위기로 몰아넣게 되는 것이다. 그러므로 신랑과 신부는 이러한 위기에 대해 깊이 인식하여 부부 사이 물론 양가의 관계를 원만하게 하여 화합을 이뤄야 한다. 이는 중개를 통한 한-베 다문화가정의 어려운 과제이다. 자기의 이기심 때문에 행복을 추구하기 위해 시련을 극복하려고 노력하지 않는다면 그 다음의 여파를 극복하기가 여간 어렵지 않다.

người chồng Hàn Quốc và gia đình người chồng khó hiểu vì sao một người phụ nữ đã kết hôn lại quan tâm đến cha mẹ ruột của mình hơn gia đình chồng, vì sao lại cứ muốn gửi tiền về cho cha mẹ?

Vì vậy xung đột dễ xuất hiện trước hết ở gia đình đa văn hóa Hàn-Việt là *xung đột kinh tế*. Do mục tiêu kiếm tiền là động cơ kết hôn quan trọng từ phía cô dâu và gia đình cô dâu Việt nên các đòi hỏi chi tiêu kinh tế cho bản thân và gửi về cho gia đình là quan trọng và thường trực. Nhưng khả năng tham gia sản xuất để tăng thu nhập kinh tế cho gia đình tại Hàn Quốc của cô dâu Việt là rất ít do trình độ học vấn thấp, không đủ ngoại ngữ và cũng không có tay nghề. Vì vậy, trong gia đình đa văn hóa Hàn-Việt cô dâu thường ở vào vị trí bị động và lệ thuộc về kinh tế vào chồng hay gia đình chồng nhưng lại đòi hỏi chi tiêu kinh tế cao, đòi hỏi phải có tiền gửi về cho gia đình.

Trong khi đó, khả năng đáp ứng đòi hỏi chi tiêu kinh tế theo yêu cầu của cô dâu đối với các gia đình chú rể Hàn là rất giới hạn do họ vẫn thuộc giai tầng nghèo ở nông thôn hay đô thị. Trong điều kiện khác biệt về quan niệm quan hệ con gái với cha mẹ sau khi kết hôn, trong điều kiện kết hôn qua môi giới nên đa số trường hợp chú rể và gia đình chú rể là chưa đủ tình cảm, tình nghĩa và tâm thức để sẵn lòng thỏa mãn nhu cầu chi tiền cho cô dâu chi tiêu hay gửi về cho gia đình. Trong một số trường hợp thậm chí gia đình chồng còn công khai bày tỏ sự không hài lòng, siết chặt kiểm soát kinh tế hơn với các chi tiêu của cô dâu.

Trong điều kiện này, xung đột sẵn sàng nảy sinh, đe dọa đến sự bền vững của hạnh phúc gia đình. Vì vậy cả hai phía cần có ý thức đầy đủ về nguy cơ này để tìm cách giải tỏa, dung hòa không chỉ giữa hai người mà cả với hai phía gia đình. Đây thực sự là một vấn đề nan giải của hôn nhân đa văn hóa Hàn-Việt qua môi giới. Nếu cả hai không thực tâm vượt khó để tìm hiểu hạnh phúc mà chỉ vì sự ích kỷ của bản thân thì hậu quả sẽ rất khó khắc phục.

3. 한국의 위계질서 문화 및 베트남의 마을 민주 문화 간에 가정 내 관념과 대응에 관한 이질성

한-베 다문화가정 내에 충돌을 자주 일으키는 문화적 이질성은 한국인은 위계질서 문화, 베트남인은 마을 민주 문화에 따라 행동하는 것이다.

한국의 위계질서 문화 속에는 사회 계층에 따라 행동하는 것 외에 남존여비의 양성불평등이 뚜렷한 것이 특징이다. 이러한 양성불평등은 유교 문화로부터 발생한 것이라서 한국뿐만 아니라 베트남을 비롯한 유교문화의 영향을 받은 국가에도 존재해 왔는데 한국의 강력한 위계질서 문화로 인해 여성이 하위권에 놓이게 되고, 베트남 신부가 거의 최하위권에 있다. 진위를 불구하고 베트남 신부는 웃어른에 무조건 복종하고 어른을 공경해야 한다. 다문화결혼에 있어 부부간 거의 한 세대의 연령 차이로 인해 부부 사이에 위계의 사다리 높이가 올라가게 된다. 베트남 신부에게는 이러한 불평등이 큰 압박감으로 작용하게 된다. 한국 남편은 아내의 나이가 어리고 또 아내의 형편이 가난하다고 생각해서 아내를 어린 아이처럼 대하며 자기가 더 잘난 줄 알아서 모든 일을 자기 멋대로 하기에 신부의 마음을 상하게 하고 외롭게 한다.

그 외에 위계질서 문화에 영향을 주는 한국 문화의 다른 특징은 집권성이다. 다문화가정에는 아버지, 남편과 시어머니의 가부장적인 권위로 인해 신부에게 엄청난 불평등의 압력을 가하는 것이다. 또한 위계질서 때문에 한국인이 의사소통과 행동에 많은 신경을 쓴다. 가정 혹은 사회생활에서 존댓말을 비롯한 언어예절을 철저하게 준수하는 것이다. 시어머니는 며느리를 훈육하는 역할이 있다. 시어머니는 며느리가 한국 문화의 행동요령에 따라 준수해야 하는 것을 엄격하게 훈육해야 가정의 화합이 이루어질 수 있다고 생각한다.

3. Khác biệt trong quan niệm và ứng xử trong gia đình giữa văn hóa tôn ty của Hàn Quốc và văn hóa dân chủ làng xã của Việt Nam

Đặc trưng khác biệt văn hóa gây ra va chạm thường gặp nhất trong gia đình đa văn hóa Hàn-Việt là ứng xử theo văn hóa tôn ty của Hàn Quốc và ứng xử theo văn hóa dân chủ làng xã của Việt Nam.

Trong văn hóa tôn ty của người Hàn thì ngoài việc ứng xử theo thứ bậc xã hội thì còn có sự bất bình đẳng giới *trọng nam khinh nữ* rất rõ nét. Mặc dù sự bất bình này thuộc văn hóa Nho giáo nên không phải chỉ có ở Hàn Quốc mà còn tồn tại trong nhiều quốc gia ảnh hưởng Nho giáo, trong đó có Việt Nam, nhưng do văn hóa tôn ty rất mạnh ở Hàn Quốc nên phụ nữ bị xếp vào bậc thang thấp hơn và cô dâu gần như nằm cuối bậc thang đó. Bất luận đúng sai cô dâu phải tuyệt đối phục tùng và tôn kính người trên. Sự chênh lệch về độ tuổi giữa vợ và chồng trong hôn nhân đa văn hóa có thể gần đến một thế hệ do đó còn phải gia tăng thêm bậc thang tôn ty giữa vợ và chồng. Cô dâu Việt phải chịu áp lực bất bình đẳng rất lớn. Người chồng cho rằng vợ quá nhỏ tuổi và nghèo nên xem vợ như trẻ con, tự cho là mình giỏi giang hơn và mọi việc đều làm theo ý thích của bản thân, khiến cho cô dâu bị tổn thương và cô đơn.

Ngoài ra văn hóa tôn ty còn bị chi phối một đặc trưng khác của văn hóa Hàn là *tính tập quyền*. Trong các gia đình đa văn hóa tính gia trưởng của người cha, người chồng và của mẹ chồng còn gia tăng cho bất bình đẳng một áp lực lớn hơn với cô dâu. Cũng do văn hóa tôn ty, người Hàn rất cẩn trọng trong ứng xử và giao tiếp. Trong gia đình và xã hội, người Hàn đều tuân thủ theo các quy tắc chặt chẽ và lễ nghi cũng như ngôn ngữ giao tiếp (kính ngữ). Mẹ chồng là người đại diện để dạy dỗ con dâu. Mẹ chồng cho rằng phải nghiêm khắc dạy dỗ con dâu tuân thủ quy tắc ứng xử của văn hóa Hàn thì gia đình mới êm đẹp.

그런데 베트남 현지 문화의 토대는 여성을 중시하는 모계성이 강한 민주적인 촌락문화이다. 따라서 유교의 영향을 받았고 남존여비 사상이 존재해 왔는데도 베트남 가정의 생활방식이 소탈하며 예절이 복잡하지 않고 양성불평등도 별로 심각하지 않다. 많은 베트남 신부들의 출신지역인 메콩델타 지역에서는 유교의 영향을 깊게 받지 않았기에 생활방식이 개방 적이며 소탈하고 자유로운 성격이 뚜렷한 것이 사실이다. 이런 지역 출신 신부들이기 때문에 절대적으로 복종하고 불평등의 압박감을 잘 견디는 내성이 부족한 것이다. 이러한 여성들이 불공평한 대우를 받는다면 반항하는 경향이 있다. 그들은 한국 예절을 숙지하지 못하고 있고 가족 예절의 중요성도 잘 인지하지 못하고 있는 실정이다.

  이러한 의사소통 문화의 차이점으로 인해 중개를 통한 다문화 혼인의 당사자들이 상대방을 이해하고 서로 어울릴 수 있는 시간이 많지 않다는 점에 신경을 많이 써야 하고 가정내의 갈등을 감소시키며 행복을 추구하기 위해 적극적으로 노력해야 한다.

4. 가정내 일상생활의 관념과 대응 습관에 관한 이질성

4.1. 한국 가정의 아침 식사와 베트남 가정의 저녁 식사의 관념과 대응 습관에 관한 이질성

  - 한국인이 아침 식사를 중시하며 온 가족이 같이 모이는 아침 식사를 중요한 식사라고 본다. 따라서 한국 가정의 아내 혹은 며느리는 신경을 많이 써서 일찍 일어나 맛있는 밥, 뜨거운 국물 및 다른 반찬을 준비하여 온 가족이 푸근한 분위기에서 풍성한 아침 식사를 할 수 있도록 한다. 많은 남편과 시부모들에게 아내와 며느리가 맛있게 준비해 놓은 아침 식사를 할 수 있는 것은 가정의 행복이며 살림살이를 잘하는 아내와 효도를 실천하는 며느리에 대한 자랑이자 자부심이다. 아침 식사를 통해 며느리가 자기의 역할을 잘 이행하느냐에 대한 평가의 기준이 되며, 아내와 며느리를 평가하는 방법 중에 자주 언급되는 기준이 바로 남편과 시댁 식구들을 위해 아침 식사를 잘 준비해 주느냐이다. 며느리가 남편과 시댁 식구들에게 아침을 굶게 만드

Trong khi đó nền tảng của văn hóa bản địa của văn hóa Việt là văn hóa dân chủ làng xã, đậm tính mẫu hệ, coi trọng phụ nữ. Do đó dù cũng chịu ảnh hưởng của Nho giáo và có quan niệm trọng nam khinh nữ nhưng lối sống trong gia đình Việt là xuề xòa, ít quy tắc lễ nghi và sự bất bình đẳng giới không quá nặng nề. Với khu vực miền Tây Nam Bộ nơi quê hương của đa số các cô dâu thì sự cởi mở, xuề xòa, tự do phóng khoáng còn đậm nét hơn vì ở đó ảnh hưởng của Nho giáo không mạnh. Các cô dâu Việt ra đi từ khu vực này rất ít có thói quen chịu phục tùng tuyệt đối, chịu áp chế bất bình đẳng. Các cô gái này thường phản kháng lại khi bị đối xử bất công. Họ không quen thực hành các lễ nghi và không có ý thức về sự quan trọng của lễ nghi trong ứng xử gia đình.

Hành trang văn hóa ứng xử có sự khác biệt như vậy nên trong điều kiện hôn nhân môi giới đa văn hóa ít có thời gian để tìm hiểu và thích nghi, cả hai phía phải hết sức chú ý, cố gắng thích nghi để giảm thiểu mâu thuẫn, tạo dựng hạnh phúc gia đình.

4. Khác biệt trong quan niệm và thói quen ứng xử trong một số sinh hoạt gia đình thường nhật:

4.1. Khác biệt trong quan niệm và ứng xử về bữa ăn sáng ở gia đình Hàn Quốc và bữa ăn tối ở gia đình Việt Nam

- *Người Hàn coi trọng bữa ăn sáng*, xem đó là bữa ăn quây quần đông đủ thành viên trong gia đình nhất, cũng như là bữa ăn quan trọng, nạp đầy đủ năng lượng chuẩn bị bắt đầu một ngày làm việc mới. Vì vậy thông thường, người vợ hay con dâu trong gia đình Hàn Quốc rất chú trọng chăm chút, dậy sớm chuẩn bị bữa ăn sáng với cơm ngon, canh nóng và nhiều món ăn khác để cả gia đình có một bữa ăn sáng đầy đủ, đầm ấm. Nhiều người chồng, hoặc bố mẹ chồng xem việc được ăn một bữa sáng ngon lành, chu đáo do vợ hoặc con dâu chuẩn bị là một niềm hạnh phúc gia đình, là niềm tự hào về người

는 일은 허용되지 않고 이를 통해 가정의 불화를 불러일으킬 수 있다.

그런데 베트남인에게는 아침 식사가 '가벼운 식사'뿐이라서 아침 식사를 준비하는 일에 시간과 노력을 기울이는 습관이 없다. 도시에 있는 가족들이 밖에 나가 찹쌀밥, 스프링(바인꾸온), 퍼(쌀국수의 일종) 등과 같은 가벼운 음식을 마음대로 먹을 수 있고 아니면 아침 식사를 하지 않을 수도 있다. 시골에 있는 가족들은 아침에 밥을 같이 먹어도 가벼운 식사뿐이다. 그러므로 베트남 신부들이 한국인처럼 아침 식사의 중요성을 잘 인지하지 못하며 시댁 식구들을 위해 아침 식사를 준비해 주는 마음과 요리 기법을 준비하지 못한다. 이러한 차이점으로 상대방에 대한 편견, 잘못된 평가를 만들어 원래 있었던 시련에 직면해 온 다문화가정 내 애정과 애착심을 형성하는 데에 나쁜 영향을 미치는 것이다.

베트남 신부의 체질과 아침 식사 준비와 관련된 생활습관의 차이점도 알아둘 필요가 있다. 일년 내내 기후가 더운 아열대지방에서 출생하고 성장한 베트남 신부들이라 대부분 추위에 약한 편이라서 추운 날씨에 새벽부터 따뜻한 잠자리에서 일어나는 것이 결코 쉬운 일이 아니다. 또한, 한국 남편과 베트남 신부 간에 수 십 세에 달하는 연령 차이가 나기 때문에 나이가 젊은 신부가 잠을 더 많이 자는 반면 나이든 남편은 일찍부터 일어나는 것이다. 이는 시댁 식구들보다 몇 시간 일찍 일어나서 온 가족들을 위해 아침 식사를 준비해야 하는 일은 쉽게 극복할 수 없는 시련이 되고 있다. 특히, 그 일은 가끔씩 하는 일이 아니라 일상생활에서 늘 해야 하는 일이기 때문이다.

vợ đảm đang, về con dâu hiếu thảo. Bữa ăn sáng được xem là điểm ngắm để đánh giá con dâu có thực hiện tốt vai trò của mình không và trong các đánh giá về vợ hay về con dâu thì điều thường nói nhất chính là về việc có chuẩn bị tốt bữa sáng cho chồng hay gia đình chồng không. Nếu con dâu để chồng hoặc cha mẹ chồng nhịn đói bữa sáng thì đó là điều không thể chấp nhận và từ đó gia đình dễ xảy ra mối bất hòa.

Trong khi đó với người Việt, bữa ăn sáng chỉ là bữa ăn phụ "lót dạ" hay "điểm tâm" nên không có thói quen đầu tư thời gian và công sức chuẩn bị bữa ăn sáng. Nếu ở thành thị các thành viên có thể tự do ra ngoài ăn nhẹ các món quà sáng như xôi, bánh cuốn, phở v.v... hoặc thậm chí không ăn sáng. Nếu ở nông thôn dù có ăn cơm sáng thì đó vẫn là bữa phụ. Vì vậy các cô dâu Việt không có ý thức về tầm quan trọng của bữa ăn sáng như người Hàn, không chuẩn bị cả tâm thức lẫn kỹ năng để chuẩn bị bữa ăn sáng cho cả gia đình. Sự khác biệt này rõ ràng dễ tạo những định kiến, những đánh giá không đúng về nhau, ảnh hưởng xấu đến việc tạo dựng, tình cảm gắn kết gia đình vốn đã gặp nhiều trở ngại của hôn nhân đa văn hóa.

Đó là chưa kể đến sự khác biệt về tố chất và thói quen sinh hoạt liên quan đến việc chuẩn bị bữa ăn sáng của cô dâu Việt. Cô dâu Việt đa số là từ khu vực Nam bộ, khí hậu quanh năm ấm áp, tố chất cơ thể chịu lạnh kém nên trong thời tiết giá lạnh rất khó khăn để rời khỏi chăn ấm vào sáng sớm. Hơn nữa, tuổi tác của chồng và vợ thường có sự chênh lệch hàng chục tuổi nên người vợ trẻ thường ngủ nhiều hơn trong khi người chồng đã dậy sớm. Điều đó khiến cho việc phải dậy sớm trước các thành viên gia đình một vài giờ của cô dâu Việt để chuẩn bị chu đáo bữa ăn sáng cho cả gia đình trở thành một thử thách không dễ vượt qua, nhất là đó là công việc thường nhật mỗi ngày chứ không phải chỉ thỉnh thoảng mới làm!

한국인에게는 아침 식사가 온 가족들이 같이 모이는 정겨운 시간인가 하면 베트남인에게는 가족들이 같이 모이는 시간인 저녁 식사를 중시하는 것이다. 베트남 아내가 저녁 식사를 잘 준비하면서 남편, 자녀와 다른 식구들을 기다려서 같이 식사하는 것을 가정의 행복이라고 생각한다. 반면, 한국에서는 직장에서 퇴근 시간 이후 직장 동료들과 같이 외식을 하는 일이 빈번하고 이러한 회식자리에 빠지는 것이 쉽지 않다. 그 다음 동료들과 즐겁게 지내는 시간이 길어져서 남편은 종종 집에 늦게 들어가게 된다. 한국 사회에서 남편의 이러한 사회성이 있는 활동들을 중요하게 생각하고 또한 가부장적인 문화로 인해 남편이 아내에게 이런 일을 전화로 잘 알려 주지를 않는다. 만약 아내가 이러한 일을 언급한다면 부부 간에 싸움이 벌어지게 된다. 그러므로 베트남 신부가 외롭고 억울하게 느끼고 가정의 행복함을 못 느끼고 심지어 남편을 의심하는 일이 일어나기 때문에 부부 사이에 갈등이 쉽게 발생해서 행복한 가정이 파괴되기가 쉽다.

4.2. 식품 구입 습관 및 식사 후 음식 쓰레기 배출 습관의 차이

날씨가 무덥고 습기가 많아 일년 내내 시장에 신선한 양식과 식품이 늘 가득 차 있기 때문에 베트남인들이 신선한 식품을 선호하고 남긴 음식을 다시 먹는 습관이 없다. 때문에 식사 후에 남아 있는 음식을 버리곤 한다. 그런데 기후가 춥고 겨울이 길어서 채소를 심을 수 없는 한국에서는 오래 보관할 수 있는 여러 가지 음식을 미리 준비하고 음식을 귀하게 여겨서 음식을 버리는 일을 금기시한다. 그래서 베트남 신부들이 식사 후 식탁을 정리할 때 남은 음식을 버리는 것은 낭비하는 것이며 아껴 먹지 않는 일로 보이게 된다. 베트남에서 시장을 보러 갈 때와 똑같이 베트남인이 하루에 충분히 먹을 수 있는 양으로 식품을 사는데 반해 한국인들은 일주일에 필요한 식품을 한꺼번에 구입한 후 냉장고나 냉동실에서 보관하는 것이다. 이러한 시장 보기 차이점에 대해 신경을 쓰지 않는다면 몰라도 시댁 식구를 위해 날마다 장을 보고 음식을 준비하는 것은 살림살이를 해야 하는 베트남 신부들에게는 커다란 어려움이 될 것이다. 그러므로 베트남 신부들이 미리 남편과 함께 시댁 식구들과 식품을 구입하는 적합한 방법에 대해 의논해야 한다는 점

- Nếu người Hàn xem bữa ăn sáng là thời gian họp mặt đầm ấm của gia đình thì *người Việt lại xem trọng bữa ăn tối và coi đó là thời gian quây quần tụ họp của gia đình*. Người vợ Việt thường chuẩn bị chu đáo bữa ăn tối, mong chờ chồng con và cả nhà về cũng ăn cơm với nhau và coi đó là hạnh phúc gia đình. Nhưng ở Hàn Quốc, sau giờ làm việc, việc đi ăn cùng đồng nghiệp được xem là một sinh hoạt không thể thiếu và thường xuyên diễn ra, sau đó có thể họ còn vui chơi với nhau nên thời gian về nhà của người chồng thường rất trễ. Xã hội Hàn coi trọng hoạt động mang tính xã hội như vậy của người chồng, hơn nữa với văn hóa gia trưởng người chồng thường không cần gọi điện báo cho vợ. Nếu người vợ đề cập đến chuyện này sẽ dễ dẫn đến cãi vã giữa hai vợ chồng. Chính vì vậy người vợ Việt thường thấy cô đơn, tủi thân, thấy thiếu sự đầm ấm của gia đình, thậm chí còn nảy sinh nghi ngờ chồng và do đó vợ chồng dễ mâu thuẫn và hạnh phúc gia đình dễ bị tổn thương.

4.2. Khác biệt trong thói quen mua sắm thực phẩm và vứt bỏ thức ăn thừa sau bữa ăn

Do khí hậu nóng ẩm, lương thực thực phẩm tươi quanh năm đầy trong các chợ nên người Việt thường thích thức ăn tươi và không có thói quen dùng lại thức ăn thừa. Các thức ăn dư sau bữa ăn thường bị đem bỏ đi. Trong khi đó do khí hậu lạnh, mùa đông khắc nghiệt không trồng được rau củ nên người Hàn làm ra nhiều loại đồ ăn để tích trữ và đồ ăn được xem là thứ quý giá nên việc vứt bỏ đồ ăn là điều cấm ky. Vì vậy việc vứt bỏ đồ ăn dư khi thu dọn bát đĩa sau bữa ăn của các cô dâu Việt bị xem là lãng phí, không biết tiết kiệm. Cũng như vậy, khi đi chợ mua sắm đồ ăn, người Việt thường chỉ mua đủ dùng trong ngày, trong khi đó người Hàn thường liệt kê những thứ cần thiết cho cả tuần rồi mua một lần và cất trữ trong tủ lạnh, tủ đông. Sự khác biệt này nếu không chú ý sẽ gây khó cho cô dâu khi phải thể hiện sự đảm đang quán xuyến chợ búa cơm nước hàng ngày cho gia đình. Vì vậy cô dâu Việt cần chú ý, thảo luận với chồng và những người cùng sống chung cách thức mua sắm

을 유의하는 것이 좋다.

4.3. 쓰레기 분리배출의 차이

한국에서 환경위생을 보장하기 위해 지방자치단체별 규정에 따라 봉투에 넣어 정해진 곳에 배출해야 한다는 쓰레기 분리배출에 대한 철저한 규정이 있다. 쓰레기 봉투는 일반 쓰레기 봉투와 음식물쓰레기 봉투로 여러가지로 분류된다. 이런 봉투는 슈퍼마켓 혹은 집 근처에 있는 편의점에서 구입할 수 있다. 봉투가 큰 사이즈일수록 가격이 비싸다. 쓰레기 봉투는 사이즈와 색깔 별로 구분된다. 지방자치단체별 쓰레기 봉투를 색깔 별로 구분 하는 규정이 있다. 종이류, 유리, 플라스틱류 (PET), 밀크 박스, 비닐, 의류 등의 재활용품은 동일한 종류별로 분류되어야 한다. 이불, 매트리스, 텔레비전, 전자용품 등의 대형 쓰레기는 배출하기 전에 동 주민센터에서 구매한 스티커를 부착하여야 하며 정해진 곳에만 배출해야 한다.

요약하면, 쓰레기 분류, 종량제 봉투 별로 분리수거, 스티커 부착, 쓰레기 배출 장소 등의 규정은 베트남에서 아직 실천되지 않는 규정이라서 베트남 신부들에게는 낯선 일이다. 반면에 한국에서 이러한 규정을 위반한다면 중벌에 처해지고 환경보호에 있어서 야비한 행동으로 간주한다. 따라서 남편과 시댁 식구들이 베트남 신부에게 쓰레기 분리 배출에 대해 자세히 설명해 주어야 한다. 베트남 신부가 실수로 벌금을 내야 하고 낮은 평가를 받게 되지 않도록 이 부분에 대해 잘 알려주어야 한다.

thực phẩm cho phù hợp.

4.3. Khác biệt về phân loại rác và bỏ rác thải

Để đảm bảo vệ sinh môi trường ở Hàn Quốc việc đổ rác thải đã có quy định chặt chẽ rác thải bắt buộc phải bỏ vào túi theo quy định của từng địa phương và phải bỏ đúng nơi quy định. Túi đựng rác thường chia làm nhiều loại trong đó có những túi đựng rác thông thường và túi đựng rác thực phẩm. Các loại túi này được bán ở siêu thị hoặc các cửa hàng tiện ích gần nhà. Túi đựng rác càng lớn giá trị càng cao. Túi đựng các loại rác khác nhau có màu sắc khác nhau. Mỗi khu vực cũng có quy định màu của túi đựng rác khác nhau. Rác tái chế như giấy, thủy tinh, chai nhựa (PET), hộp sữa, túi ni lông, quần áo v.v... phải được phân theo từng loại đồng nhất. Các loại rác thải có kích thước lớn như chăn, đệm, tivi, đồ điện gia dụng v.v... khi bỏ đi phải có phiếu dán (phiếu này cần phải mua tại phòng quản lý dân cư ở nơi cư trú) và chỉ được vứt tại nơi quy định.

Tóm lại, quy định về việc phân loại, bỏ vào các loại bao, dán các loại tem, các nơi quy định vứt các loại rác v.v... là những điều hoàn toàn mới mẻ với cô dâu Việt vì ở Việt Nam các quy định này chưa được thực hiện. Trái lại, ở Hàn Quốc vi phạm các quy định này sẽ bị phạt rất nặng và bị xem là thiếu văn hóa trong ứng xử bảo vệ môi trường. Do đó chồng và gia đình chồng nên chỉ dẫn cho cô dâu Việt thật cụ thể. Cô dâu Việt nên có ý thức về vấn đề này để tránh sai sót dẫn đến việc bị mất tiền phạt và bị đánh giá thấp.

4.4. 한국인이 바닥을 중시하는 문화와 베트남인이 바닥을 별로 중시하지 않는 생활문화 간의 차이

자연 기후조건 때문에 한국인들은 방바닥이나 마루 설계와 사용 용도에 신경을 많이 쓴다. 식사, 잠자기, 휴식, 대화 등의 한국인의 일상생활은 방바닥이나 마루 위에서 대부분 이루어진다. 전통 존비문화와 예절문화에 의하면 무릎 꿇기, 큰절하기, 고개를 바닥까지 굽히기 등의 동작을 해야 함으로 나무로 된 한국인 시댁의 방바닥이나 마루는 특별한 공간이다. 한국인 시댁에 있는 가구는 높이가 낮아 한국인의 '좌식'문화에 어울리는 것이다. 마루의 깨끗하며 겨울에 따뜻한 상태가 늘 유지되어 신발을 신고 혹은 맨발로 들어가면 안 되고 양말을 신어야 한다. 그런데 베트남인의 마루는 일상생활이 이루어진 공간이 아니고 집안의 모든 일상생활은 높은 식탁, 침대 위에 이루어지게 된 반면 흙 바닥이나 타일로 깔린 마루는 쓰레기 없도록 깨끗하게 유지하면 된다. 베트남 신부들이 이런 바닥을 중시하는 문화를 잘 이해하고 방바닥이나 마루바닥에서의 생활에 적응하고 한국 문화에 따라 바닥을 깨끗하게 유지해야 한다. 신발을 신은 채로 집 바닥 위에 걸어 다니거나 외부용 물건을 집 안으로 가져가서 바닥을 더럽혀서는 절대로 안 된다.

4.4. Khác biệt giữa văn hóa chú trọng sàn nhà của người Hàn và văn hóa ít chú trọng sàn nhà của người Việt

Do điều kiện thiên nhiên mà người Hàn rất chú trọng sàn nhà trong thiết kế và trong sử dụng. Các sinh hoạt thường nhật: ăn uống, ngủ, nghỉ, trò chuyện v.v... của người Hàn thường diễn ra trên sàn nhà. Thời truyền thống văn hóa tôn ty và lễ nghi yêu cầu thực hiện nhiều động tác quỳ, lạy, cúi mặt sát sàn nhà do đó sàn nhà trong ngôi nhà của người Hàn thường được lát gỗ và là một không gian văn hóa đặc biệt. Các vật dụng sinh hoạt trong nhà cửa của người Hàn được thiết kế có kích thước thấp, phù hợp với sinh hoạt "bệt" của văn hóa. Sàn nhà luôn được giữ sạch, ấm về mùa đông, do đó không được đi giày dép thậm chí là chân trần trên sàn nhà (chân phải mang tất/vớ). Trong khi đó, sàn nhà của người Việt không phải là nơi được chú trọng sinh hoạt vì mọi sinh hoạt trong nhà đều diễn ra trên bàn, giường có chân cao, sàn nhà thường là đất nện hoặc lát gạch chỉ cần giữ sạch không có rác là được. Các cô dâu Việt nên hiểu rõ văn hóa chú trọng sàn nhà này để thích nghi với các sinh hoạt trên nền nhà và giữ vệ sinh nền nhà luôn sạch sẽ theo văn hóa Hàn. Tuyệt đối không được mang giày dép vào đi lại trên sàn nhà và mang các vật dụng từ bên ngoài làm bẩn sàn nhà.

4.5. 베트남 신부들이 유의해야 할 한국의 최신적인 가전제품 사용

한국 사회의 생활 수준이 높아서 일상생활에 전기밥솥, 전자레인지, 세탁기, 청소기, 진공청소기 등의 최신적인 가전용품 및 의류, 커튼, 침대 시트, 이불 등을 빨래하는 세제가 많이 사용되는 것이다.

이는 시골의 아가씨를 비롯한 베트남 사람들에게는 익숙하지 않은 것이다. 그러므로 이러한 가전제품을 사용하거나 다양한 세제와 비누로 빨래와 청소를 하는 것이나 세탁기 사용법 등은 베트남 신부들에게 낯선 일이다. 또한 한국어로 되어 있어 가전제품이나 세제를 사용하는 방법은 한국에 온 지 얼마 안 된 베트남 신부들에게는 상당히 어려운 일이다. 그래서 베트남 신부들이 잘못 사용함으로 해서 고장이 날 수 있음으로 남편과 가족들은 친절한 마음으로 안내해 주는 것이 좋다. 베트남 신부는 실수하지 않도록 신경을 쓰면서 잘 관찰하면서 배워야 하고, 잘 모른다면 함부로 손을 대지 말고 꼼꼼하게 물어보고 사용하는 것이 좋다.

이와 같이 샤워, 빨래, 요리 등을 하기 위한 뜨거운 물, 전기, 가스 등을 어떻게 안전하게 아껴 써야 하느냐에 대해서도 신부들이 꼭 배워야 하는 것이며 남편들이 잘 가르쳐 줘야 하는 일이다. 신부가 베트남 특히 시골에서 했던 관행에 따라 하면 시댁 식구들이 불편해 함으로 낭비하지 않도록 사용에 주의를 해야 한다.

4.5. Những chú ý với cô dâu Việt về việc sử dụng đồ gia dụng hiện đại ở Hàn Quốc

Do mức sống của xã hội Hàn Quốc đã ở mức cao nên các thiết bị gia dụng hiện đại đã có mặt rất nhiều trong đời sống hàng ngày như nồi cơm điện, lò vi sóng, máy giặt, máy hút bụi, máy hút chân không, các loại hóa chất tẩy rửa gia dụng và giặt các loại chất liệu quần áo, rèm cửa, drap gối, chăn màn v.v...

Các loại này đa số là khác biệt với người Việt, nhất là với các cô gái sống ở vùng nông thôn. Vì vậy việc sử dụng các loại máy gia dụng này cùng như việc giặt giũ, lau dọn nhà cửa với nhiều loại xà phòng, thuốc giặt tẩy, cách thức giặt, phơi v.v... ở Hàn Quốc đều là mới lạ với cô dâu Việt. Hơn nữa các hướng dẫn nếu có ghi trên máy đều bằng tiếng Hàn do vậy việc sử dụng đúng cách các máy móc gia dụng và chất tẩy rửa cũng là một khó khăn đáng kể của các cô dâu Việt khi mới đến Hàn Quốc. Vì vậy chồng và người trong gia đình chồng cần thông cảm hướng dẫn thật cụ thể cho cô dâu để tránh việc cô dâu vận hành sai, gây ra việc hỏng hóc hay các hệ quả hư hại khác. Cô dâu Việt nên thận trọng chú ý quan sát học hỏi, nếu chưa biết tuyệt đối không tự ý sử dụng mà nên hỏi lại thật kỹ để tránh các hệ quả không tốt.

Cũng như vậy, việc sử dụng nước nóng, điện, ga v.v... để tắm rửa, giặt giũ, nấu nướng, sưởi ấm v.v... như thế nào cho tiết kiệm, cho an toàn cũng là điều cô dâu cần học hỏi và người chồng cần chú ý hướng dẫn. Không nên để cô dâu tự phát sử dụng theo thói quen ở Việt Nam (nhất là các vùng nông thôn) có thể gây lãng phí và khiến cho gia đình chồng không hài lòng.

II. 한국에서의 베트남 신부 초기 적응 단계를 위한 행동요령

1. 베트남 신부를 위한 행동지침

1.1. 해야 할 일

1.1.1. 시댁에 처음 들어갈 때 시댁 식구들의 기대함에 응해 주는 것에 대해 깊이 의식하여야 한다. 좋은 아내, 좋은 어머니가 되어 집안일을 열심히 잘 해내고 아이를 낳아 잘 키우기 위하여 이질성을 극복하면서 적응해 나가려고 노력할 필요가 있다. 시부모에게 효도를 정성껏 하면서 남편의 형제, 자매하고 잘 어울려 사는 것이 좋다. 적응 과정의 초기 단계에는 이질성으로 인해 참 연약한 다문화 혼인의 행복을 지속적으로 보장하기 위해 남편 물론 시댁 식구들 간의 애정을 쌓는 단계이다. 따라서 베트남 신부가 아내, 어머니 그리고 며느리의 역할을 수행하는 일에 전념하도록 인내심으로 최선을 다할 필요가 있다. 그래야 남편과 시댁 식구들에게서 사랑, 애착과 보호를 얻을 수 있을 것이다.

1.1.2. 한국어에 능숙하기 위한 모든 기회를 활용하며 시련을 이겨내는 것이 좋다. 이는 한국 사회에 통합하는 데에 가장 중요한 일이며 한국 사회의 생활, 한국 국적 취득, 화합한 가족 관계 조절, 취업과 자녀 양육을 위한 결정적인 수단이기 때문이다. 그러므로 베트남 신부가 깊은 의식을 가지며 한국어에 숙달하도록 모든 기회와 도움을 높은 열의로 활용해야 한다.

II. Định hướng ứng xử trong thời gian cô dâu mới hội nhập ở Hàn Quốc

1. Định hướng ứng xử cho cô dâu Việt

1.1. Những việc nên làm

1.1.1. Trong thời gian đầu tiên mới về nhà chồng thì nên ý thức sâu sắc về việc đáp ứng kỳ vọng của gia đình chồng. Cần yên tâm cố gắng thích nghi vượt qua các khác biệt để trở thành người vợ, người mẹ đảm đang, chăm chỉ, siêng năng, làm tốt công việc nội trợ trong gia đình, sẵn sàng đẻ con, nuôi con tốt. Thành tâm có tấm lòng hiếu thảo với cha mẹ chồng, hòa thuận với anh/chị em chồng.

Giai đoạn đầu tiên hội nhập là giai đoạn gầy dựng nền tảng tình cảm gắn bó với chồng với gia đình chồng để đảm bảo sự bền vững cho hạnh phúc hôn nhân đa văn hóa – vốn là hôn nhân có nhiều điểm yếu về sự khác biệt và xa lạ. Vì vậy cô dâu Việt cần hết sức cố gắng, nhẫn nại, tập trung toàn tâm toàn ý vào việc thực hiện trách nhiệm làm vợ, làm mẹ và làm dâu. Chỉ có như vậy mới có thể có được sự yêu thương gắn bó, bao bọc của chồng và gia đình chồng.

1.1.2. Tận dụng mọi cơ hội, vượt khó để học và làm chủ tiếng Hàn. Nên xem đây là công việc quan trọng nhất của việc hội nhập vì đó là phương tiện sống còn để có thể sống ở xã hội Hàn Quốc, đáp ứng điều kiện nhập quốc tịch Hàn Quốc, điều chỉnh tương hợp các quan hệ trong gia đình, là điều kiện để kiếm công ăn việc làm, nuôi dạy con cái trong môi trường xã hội Hàn Quốc. Vì vậy cô dâu cần phải ý thức sâu sắc và có quyết tâm cao, tận dụng mọi cơ hội, mọi sự giúp đỡ để học làm chủ tiếng Hàn.

1.1.3. 집안일을 하는 방법을 배우며 숙지한다.

+ 에어컨, 세탁기, 청소기, 전기밥솥, 오븐, 전자레인지 등의 사용법 또한 각종 세제로 청소하는 방법.
+ 쓰레기 분리·배출 방법, 쓰레기 봉투 종류, 배출 장소, 배출 시간에 관한 규정을 파악하며 준수한다.

1.1.4. 한국 문화적 가족 생활의 이해와 실행

+ 아침 식사 준비, 식사 예절, 한국의 제사와 명절의 음식 등
+ 일상 인사 예절, 가족 생활의 잘못 인정, 사과, 감사 등을 표현하는 방법

1.1.5. 집안을 깨끗하게 정리하며 유지하고, 꾸준한 운동으로 건강과 균형 잡힌 몸매를 유지하고 세심하고 우아한 행동을 하는 것이 좋다.

1.2. 하지 말아야 할 일

1.2.1. 아내, 어머니, 며느리 역할에 대한 남편과 시댁 식구들의 기대에 응답할 준비를 해야 한다. 중개를 통한 다문화 혼인으로부터 시작된 행복한 가정 조성의 어려움을 의식하지 못함으로 집안일을 열심히 못하며 남편과 시댁 식구들과의 사랑과 애착을 쌓아 나가는 일에 마음을 다하지 못하면 안 된다.

1.2.2. 돈을 벌어 재정적 자유를 얻고 가족들에게 돈을 보내는 일에 마음이 급해서 남편이나 시댁 식구들에게서 물질적 요구를 하고 혹은 한국 사회에 적응하기 위해 준비가 잘 안 되고 다문화가정과의 애정과 애착이 충분히 형성되지 않은 상태에서 밖에 나가 취업을 하고 싶어해서는 안 된다.

1.1.3.Học hỏi kỹ năng làm việc nhà để thực hành thành thạo.

+ Các kỹ năng sử dụng máy lạnh, máy giặt, máy hút bụi, nồi cơm điện, lò nướng, lò vi sóng v.v... Cách lau dọn vệ sinh cùng các loại hóa chất kèm theo.

+ Tìm hiểu rõ và làm đúng các quy định về phân loại rác, cách bỏ rác thải, các loại bao bì, giờ giấc và vị trí bỏ rác.

1.1.4.Tìm hiểu và thực hành các sinh hoạt gia đình theo văn hóa Hàn Quốc

+ Chuẩn bị bữa ăn sáng chu đáo, các nghi thức giao tiếp trong các bữa ăn, các loại thức ăn cho cúng giỗ, lễ tết v.v... của người Hàn.

+ Các nghi thức chào hỏi hàng ngày, cách nhận lỗi, xin lỗi, cám ơn v.v... trong sinh hoạt gia đình.

1.1.5. Tập thói quen sinh hoạt lành mạnh: giữ gìn nhà cửa gọn gàng, ngăn nắp sạch sẽ, rèn luyện thể dục, giữ gìn cơ thể khỏe mạnh cân đối, phong cách sinh hoạt ý tứ, duyên dáng.

1.2. Những việc không nên làm

1.2.1. Không sẵn sàng đáp ứng kỳ vọng của chồng và gia đình chồng về vai trò làm vợ, làm mẹ, làm dâu. Không ý thức được khó khăn của việc xây dựng hạnh phúc gia đình từ hôn nhân môi giới đa văn hóa nên không cố gắng đảm đang chăm chỉ làm việc nhà, không tận tâm với việc gây dựng tình cảm yêu thương gắn bó với chồng và gia đình chồng.

1.2.2. Nóng vội muốn kiếm tiền để độc lập kinh tế và gửi tiền về cho gia đình nên hoặc đòi hỏi chồng và gia đình chồng cung cấp vật chất, tiền bạc hoặc muốn ra ngoài làm việc trong điều kiện chưa chuẩn bị tốt để hội nhập, chưa gây dựng được tốt nền tảng tình cảm gắn bó của gia đình đa văn hóa.

1.2.3. 한국어 숙달을 위한 기회를 최대한 활용하거나 어려움을 극복해 나가지 못하고, 최소한 한국어 초급 수준을 넘어가려고 노력하지 않음으로 한국인으로 귀화하는 조건에 응하지 못하며, 언어 부족함으로 남편과 시댁 식구들과의 관계를 화합시키지 못하며, 한국 사회에 통합하지 못하고 또한 남편과 시댁 식구들에게 열등감을 일으키게 되어 한국 사회 통합 과정에 있어서 가장자리에 서 있어서는 안 된다.

1.2.4. 남편 밖에 모르고 또 남편을 통해 자신의 욕구를 충족시키기를 원하고, 시부모에게 마음을 다해 효도를 못하고 남편의 형제들에게 거짓된 마음으로 대해서는 안 된다.

1.2.5. 한국 문화의 예절을 알아보고 따라 하려고 하지 않는다. 문화적 이질성에 대해 인내하지 않고 마음에 들지 않는 일이 생길 때 쉽게 화를 내거나 우울해 하지 말아야 한다.

1.2.6. 가전제품 사용법을 숙지하도록 신중하게 배우지 않고 화재 안전성 (난방기, 가스레인지 사용), 환경위생 (쓰레기 분리·배출), 전기·상수도·가스 등 절약에 대해 잘 인식하고 있어야 한다.

1.2.7. 태만하거나 늦잠을 자면서 꾸준한 운동을 못하며 과식함으로 건강에 악영향을 미치면서 균형 잡힌 몸매를 유지하지 못해 활발하고 우아한 자세를 잃어서는 안 된다.

2. 한국 남편을 위한 행동지침

2.1. 해야 할 일

2.1.1. 한국 사회의 새 생활에 적응하는 데에 있어 아내가 직면하는 큰 어려움에 대해 이해하며 공감하여 마음을 다해 아내를 도와 주는 것이 좋다. 중개를 통한 다문화 혼인의 약점과 어려움을 인정하고 극복해 나가기 위해 부부간의 애정을 지속적으로 구축해 나가는 것이 좋다.

1.2.3. Không chịu tận dụng cơ hội và vượt khó để học và làm chủ tiếng Hàn, lười biếng không chịu cố gắng vượt qua trình độ sơ cấp tối thiểu nên phải đứng ở ngoài lề hội nhập: Không đủ điều kiện để nhập quốc tịch Hàn, không thể điều chỉnh tương hợp quan hệ với chồng và gia đình chồng vì thiếu ngôn ngữ, không thể hội nhập vào xã hội Hàn, luôn tự ti và gây ra mặc cảm cho chồng và gia đình chồng.

1.2.4. Chỉ biết chồng và muốn thông qua chồng để thực hiện các yêu cầu của mình, không thực lòng kính trọng hiếu thảo với cha mẹ chồng, chân thành với anh/em chồng.

1.2.5. Không chịu tìm hiểu và tuân thủ các phong cách ứng xử của văn hóa Hàn. Không kiên nhẫn với những khác biệt văn hóa, dễ nổi nóng hoặc trầm cảm khi có những việc không vừa ý.

1.2.6. Không học hỏi cẩn thận để sử dụng thành thạo các máy móc gia dụng, không có ý thức về an toàn cháy nổ (sử dụng máy sưởi, bếp ga) an toàn vệ sinh môi trường (phân loại và bỏ rác thải) tiết kiệm cách tiêu dùng điện, nước, ga v.v... một cách hợp lý.

1.2.7. Lười biếng, ngủ trễ, không tập thể dục, ăn uống quá độ khiến cho sức khỏe yếu, cơ thể mất cân đối, mất sự nhanh nhẹn, duyên dáng.

2. Định hướng ứng xử cho người chồng Hàn Quốc

2.1. Những việc nên làm

2.1.1. Nên hiểu và thông cảm với những khó khăn to lớn của người vợ trong việc hội nhập vào cuộc sống mới ở Hàn Quốc để hết lòng giúp đỡ vợ. Cùng nhau chấp nhận vượt qua các thách thức, các điểm yếu của hôn nhân môi giới, đa văn hóa để xây dựng tình cảm bền vững giữa vợ chồng.

2.1.2. 자기 친정 부모와 형제들에게 아내의 초기적 적응 과정의 어려움에 대해 명확히 설명하여 온 가족들이 가족 생활에 아내를 포용하는 마음으로 도와 주도록 한다.

2.1.3. 아내가 한국어를 공부하여 능통하도록 격려해 주고 지원해 주는 것이 좋다. 가능하면 베트남어를 공부하고 베트남 문화에 대해 알아보는 것이 좋다. 이는 다문화가정의 화합을 시키며 지속적인 발전을 하기 위한 가장 좋고 지속성이 있는 방법이다.

2.1.4. 아내와 시댁 식구들간에 편견, 오해나 갈등이 생길 때 적극적으로 마음을 열어 화해를 시켜 주는 것이 좋다. 행복한 가정을 위해 포용하고, 희생하고 양보하여 가정의 화목을 첫째로 삼아야 한다.

2.1.5. 아내의 정신적, 체질적인 건강을 돌봐 주며 아내와 베트남에 있는 가족들간의 애정에 신경을 쓰는 것이 좋다. 아내가 위생, 운동과 건전한 생활에 대한 좋은 습관을 가지기 위해 도와 주는 것이 좋다.

2.2. 하지 말아야 할 일

2.2.1. 적응 단계에 있어 아내의 큰 어려움을 이해하거나 공감하지 못함으로 인하여 아내를 돌보며 힘을 주는 일에 신경을 쓰지 않고, 새 생활에 적응하려고 어쩔 줄 몰라 두려워하는 외로운 아내를 방치해서는 안 된다.

2.2.2. 가족들이 신부를 포용하는 마음으로 같이 도와 줄 수 있도록 중개를 통한 다문화 혼인의 어려움과 신부가 직면하고 있는 초기적 적응 단계의 어려움에 대해 부모와 친척에게 설명을 잘 하지 못하면 안 된다. 가족들이 자율적으로 행동하게 내버려둬서 신부에게 상처를 주어서는 안 된다.

2.2.3. 가족들이 아내에 대해 편견을 가지며 부당한 대우를 할 때 아내를 보호하고 두둔하지 않거나 가족들과 함께 아내를 탓하고 괴롭혀서 상처를 주어서는 안 된다.

2.1.2. Nên nói rõ với cha mẹ, với anh em của mình về các khó khăn của vợ trong buổi đầu hội nhập để mọi người bao dung, giúp đỡ cô dâu trong các sinh hoạt gia đình.

2.1.3. Tạo mọi điều kiện và động viên để vợ có thể học và làm chủ được tiếng Hàn. Bản thân nếu có thể hãy cố gắng học tiếng Việt và tìm hiểu văn hóa Việt. Đây là phương cách tốt và bền vững nhất cho việc điều chỉnh sự tương hợp trong gia đình đa văn hóa và giúp gia đình đa văn hóa phát triển bền vững.

2.1.4. Chủ động cởi mở, hòa giải khi vợ và các thành viên trong gia đình có định kiến, hiểu lầm hay mâu thuẫn. Lấy sự hòa thuận trong gia đình làm quan trọng để kêu gọi sự bao dung, sự hy sinh nhún nhường vì hạnh phúc gia đình.

2.1.5. Chăm sóc sức khỏe thể chất và tinh thần của vợ, quan tâm đến tình cảm của vợ với gia đình ở Việt Nam. Giúp vợ xây dựng thói quen tốt về vệ sinh, rèn luyện thể dục và lối sống lành mạnh.

2.2. Những việc không nên làm

2.2.1. Không hiểu và không cảm thông với những khó khăn to lớn của vợ trong buổi đầu hội nhập nên không chú ý chăm sóc, động viên vợ, bỏ mặc vợ cô đơn, lúng túng và lo sợ đối phó với cuộc sống mới.

2.2.2. Không làm tốt công tác tư tưởng với cha mẹ và người thân về khó khăn của hôn nhân qua môi giới đa văn hóa, về các khó khăn của cô dâu khi mới hội nhập để kêu gọi sự bao dung, giúp đỡ của gia đình với cô dâu. Để mặc cho người thân tự phát ứng xử khiến cô dâu bị tổn thương.

2.2.3. Không che chở, bênh vực vợ khi bị người trong gia đình định kiến, đối xử bất công, để mặc hoặc hùa vào quy lỗi lầm cho vợ khiến vợ bị bắt nạt và tổn thương sâu sắc.

2.2.4. 아내가 한국어를 습득할 수 있는 기회를 마련해 주거나 아내가 가정 생활 혹은 집안일에 대해 잘 모르는 부분을 상세하게 가르쳐 주지 않으면 안 된다.

2.2.5. 한국 여성과 결혼하는 것보다 베트남 여성과 결혼하는 것을 부끄럽게 생각하여 열등감이 생겨 아내를 존중하지 않거나 진실로 사랑하지도 않고 행복한 다문화가정을 만들기로 한 결심을 포기해서는 안 된다.

유의점

다문화혼인이 상대방 이해와 준비 단계에 대한 많은 약점이 있음으로 의사소통을 위한 한국어가 아직 서툰 베트남 신부의 아내, 어머니와 며느리 역할을 수행해야 하는 한국 초기 적응 단계는 어려운 단계이다. 이는 다문화가정의 지속성을 결정하는 기초적인 단계이기도 한다.
한국 남성과 베트남 여성이 행복을 추구하기 위해 다문화혼인의 시련과 단점을 진심으로 극복해 나가지 못하고 해야 할 일을 잘 하지 못하고 하지 말아야 할 일을 한다면 행복하고 안정적인 가정을 이루기는 힘들 것이다.

III. 베트남 신부가 한국에 입국할 때 실행해야 할 법적 절차

1. 1차 체류 기간 연장

한국에 입국했을 때 베트남 신부에게 발급된 결혼이민(F-6-1) 사증은 90일 내에만 체류가 허가된다. 그러므로 입국한 날부터 90일 전까지 베트남 신부가 출입국관리사무소에 가서 외국인 등록을 하며 제1차 체류 기간을 연장하여야 한다.

2.2.4. Không tạo điều kiện cho vợ học tiếng Hàn, không chỉ bảo tận tình những điều vợ chưa biết trong sinh hoạt hoặc làm việc nhà.

2.2.5. Tự ti mặc cảm với việc lấy vợ Việt Nam, cho rằng đó là sự thấp kém hơn lấy vợ Hàn Quốc nên không có ý thức tôn trọng, không yêu thương vợ thực lòng, không quyết tâm xây dựng hạnh phúc trong gia đình đa văn hóa.

Ghi nhớ

Do hôn nhân đa văn hóa qua môi giới có nhiều điểm yếu về sự tìm hiểu và sự chuẩn bị, nên giai đoạn hội nhập đầu tiên của cô dâu Việt tại Hàn Quốc trong cuộc sống làm vợ, làm mẹ làm dâu khi chưa đủ ngôn ngữ giao tiếp là giai đoạn rất khó khăn. Đó là giai đoạn nền tảng quyết định sự bền vững của gia đình đa văn hóa sau này.

Nếu hai bên không thực lòng, không tận tâm vượt qua các trở ngại khó khăn, khắc phục các điểm yếu của hôn nhân môi giới, đa văn hóa để kiếm tìm hạnh phúc. Nếu không thực hiện tốt các việc nên làm, tránh đi các việc không nên làm, thì khó có thể hy vọng, tạo dựng được hạnh phúc gia đình bền vững.

III. Những thủ tục pháp luật cần thực hiện sau khi cô dâu Việt nhập cảnh vào Hàn Quốc

1. Gia hạn lưu trú lần 1

Khi nhập cảnh vào Hàn Quốc visa kết hôn di trú (F-6-1) mà cô dâu Việt được cấp chỉ cho phép lưu trú trong vòng 90 ngày. Vì vậy sau khi nhập cảnh, trước thời hạn 90 ngày kể từ ngày nhập cảnh cô dâu Việt phải đến phòng quản lý xuất nhập cảnh để đăng ký người nước ngoài và gia hạn thời gian lưu trú lần 1.

*제1차 체류기간연장 첨부서류
1) 여권
2) 체류기간연장허가 신청서
3) 사진 1매 (3.5 cm x 4.5 cm)
4) 수수료
5) 한국인과의 혼인관계증명서
6) 한국인 남편의 신분증
7) 체류 장소증명서 (집 임대 계약서, 체류자격증명서, 공공 요금 영수증)
 제1차 체류 연장기간은 보통 1년이며 외국인 등록을 하기 전에 신부가 "행복의 시작" (happy start) 프로그램에 참석했다면 2년 동안 체류 연장이 허가될 수 있다.

 * 제1차 체류기간 (1년 혹은 2년)의 만료 전에 신부가 출입국관리사무소에 가서 체류기간 연장허가를 받아야 한다. 부부가 외국인등록증에 기재된 체류기간 만료일을 잘 확인하여야 하며 만료일 전에 재등록하여야 한다. 체류기간 연장 등록을 늦게 할 경우 벌금이 부과된다. 반대로 연장을 하지 않는다면 해당자의 한국 체류가 불법이라서 체포될 것이다.

2. 한국 영주자격 (F-5)사증

 한국인과 결혼한 후 한국에서 연속적으로 2년 이상 체류해 온 외국인은 영주자격 (F-5) 사증을 등록하거나 한국인으로 귀화할 수 있다.
 * 외국인의 영주자격 (F-5) 사증 발급 조건
 1) 한국인과 결혼한 후 한국에서 연속적으로 2년 이상 체류해 온 외국인
 2) 충분한 지식을 가지며 한국어에 능통한 발급신청자
 3) 범죄경력회보서를 통해 좋은 품행이 확인된 발급신청자. 음주 운전 으로 벌금형에 처하였거나 폭력 행위가 있었다면 영주자격 (F-5) 사증발 급이 안 된다.

Hồ sơ cần thiết khi gia hạn lưu trú lần 1

1) Hộ chiếu

2) Đơn đăng ký gia hạn lưu trú

3) 01 ảnh thẻ màu (3.5 cm x 4.5 cm)

4) Lệ phí đăng ký

5) Giấy chứng minh quan hệ hôn nhân với người chồng Hàn Quốc

6) Giấy chứng minh nhân dân của người chồng Hàn Quốc

7) Hồ sơ chứng minh có nơi lưu trú (hợp đồng thuê nhà, giấy xác nhận cung cấp nơi ở, hóa đơn nộp chi phí công cộng)

Thời gian gia hạn lưu trú lần thứ nhất thường là 01 năm, nếu trước khi đăng ký người nước ngoài cô dâu có tham gia chương trình "khởi đầu hạnh phúc" (happy start) thì có thể được gia hạn lưu trú 02 năm.

* Trước khi hết hạn lưu trú lần 1 (01 năm hoặc 02 năm) cô dâu phải đến phòng Quản lý xuất nhập cảnh để tái đăng ký gia hạn lưu trú. Hai vợ chồng phải hết sức lưu ý kiểm tra ngày hết hạn lưu trú trên thẻ đăng ký người nước ngoài để tái đăng ký trước khi hết hạn. Vì nếu đăng ký trễ hạn sẽ phải nộp thêm tiền phạt, còn nếu không đăng ký gia hạn thì cư trú của bạn tại Hàn Quốc lúc đó là cư trú bất hợp pháp, sẽ bị bắt.

2. Visa thường trú tại Hàn Quốc (visa F-5)

Người nước ngoài, sau khi kết hôn với người Hàn và cư trú tại Hàn Quốc liên tục từ 02 năm trở lên có thể đăng ký visa thường trú (F-5) hoặc nhập quốc tịch Hàn thành công dân Hàn Quốc.

Điều kiện cấp visa thường F-5 cho người nước ngoài

1) Đăng ký kết hôn với người Hàn Quốc và lưu trú liên tục tại Hàn Quốc từ 02 năm trở lên

2) Người xin cấp có đủ kiến thức, năng lực Hàn ngữ

3) Người xin cấp có hạnh kiểm tốt thông qua lý lịch tư pháp. Nếu bị phạt tiền do lái xe sau khi uống rượu bia, hoặc có hành vi bạo lực sẽ không được cấp visa thường trú F-5.

3. 결혼이민여성의 한국 귀화

영주사증과 마찬가지로 결혼한 후 한국에서 2년 이상 연속적으로 체류한 결혼이민여성들이 한국인으로 귀화신청을 할 수 있다. 한국 국적을 취득한 결혼이민자가 한국인과 동일한 권한과 의무를 갖게 되면 가족과 친척들을 한국으로 초청을 할 수 있다.

IV. 베트남 신부들이 참여해야 할 결혼이민여성을 위한 교육과정

1. 결혼이민여성을 위한 조기적응의 교육과정

이는 결혼이민여성들이 한국에 처음 입국했을 때 한국 사회에 적응할 수 있는 생활과 관련된 필요한 기본 정보를 제공해 주는 프로그램이다.

* 접수 기간: 한국에 최초로 입국한 후 최초사증기간을 연장하기 3개월 전
* 내용: 국적, 체류, 기본 생활 정보, 결혼이민자 지원 정책 등의 출입국과 관련된 정보를 안내하며 기존 결혼이민자와 교류함.
* 권리: 최초로 체류기간 연장 시 2년 연장 가능.
* 절차: 사회통합정보망(www.socinet.go.kr)에 회원 가입한 후 사회통합 프로그램을 신청할 수 있다.
* 교육장소: 현지 출입국관리 사무소 혹은 다문화가정지원센터의 회의실

3. Nhập quốc tịch Hàn Quốc cho phụ nữ kết hôn di trú

Tương tự như visa thường trú phụ nữ kết hôn di trú có thể đăng ký nhập quốc tịch Hàn Quốc sau khi đã kết hôn và lưu trú liên tục 02 năm ở Hàn Quốc, có đủ năng lực Hàn ngữ và lý lịch tư pháp tốt. Khi có quốc tịch hàn, người kết hôn di trú có quyền lợi và nghĩa vụ như công dân Hàn Quốc, có thể trực tiếp mời người thân gia đình sang thăm.

IV. Chương trình giáo dục dành cho phụ nữ kết hôn di trú, cô dâu Việt nên đăng ký tham gia

1. Chương trình thích nghi ban đầu dành cho người kết hôn di trú

Đây là chương trình cung cấp thông tin cơ bản cần thiết về đời sống để phụ nữ kết hôn di trú có thể thích nghi khi mới nhập cảnh Hàn Quốc lần đầu.

*Thời gian đăng ký: Sau khi nhập cảnh lần đầu tiên, trước khi đăng ký gia hạn visa lần đầu (3 tháng).

*Nội dung: Hướng dẫn những việc liên quan đến xuất nhập cảnh như quốc tịch, lưu trú, các thông tin đời sống cơ bản, các chính sách hỗ trợ người kết hôn di trú, gặp gỡ những người kết hôn di trú đi trước.

*Quyền lợi: Được gia hạn 02 năm khi đăng ký gia hạn thời gian lưu trú đầu tiên.

*Thủ tục đăng ký: Đăng ký hội viên trên trang mạng Thông tin tổng hợp xã hội (www.socinet.go.kr) và vào đó để đăng ký tham gia chương trình.

*Địa điểm học: Phòng quản lý xuất nhập cảnh tại địa phương hoặc Phòng họp của Trung tâm hỗ trợ gia đình đa văn hóa.

2. 사회통합프로그램

결혼이민자가 한국어를 신속히 습득하며 한국 문화를 이해하여 사회에 통합할 수 있도록 지원하는 프로그램이다. 이 프로그램을 이수한 결혼이민자에게 많은 혜택을 누릴 수 있기 때문에 베트남 신부들이 꼭 신청해야 하는 프로그램이다.

- 이수자에 대한 혜택:
  + 귀화 필기시험 및 면접심사가 면제된다.
  + 국적업무 심사기간 단축된다.
  + 점수제에 의한 전문인력의 거주자격 (F2비자)으로의 변경 시에 가점 (최대 25점)을 부여한다.
  + 일반 영주자격 (F5비자)신청 시에 한국어능력 (TOPIK)의 입증이 면제된다.
  + 국민의 배우자 및 미성년자녀의 영주자격 (F5비자) 한국어능력 (TOPIK)의 입증이 면제된다.

신청방법: 사회통합정보망 (www.socinet.go.kr)을 통한 온라인으로만 신청

이런 프로그램의 실질적인 이익 때문에 아내가 위의 모든 프로그램에 참여할 수 있도록 한국인 남편이 적극적으로 신청해 주는 것이 좋다. 베트남 아내는 프로그램의 유익함을 잘 이해하여 적극적으로 참여하고 프로그램을 잘 이수해야 한국 사회에 잘 통합할 수 있을 것이다.

2. Chương trình hòa nhập xã hội

- Là chương trình giúp người kết hôn di trú nhanh chóng học tiếng Hàn, hiểu văn hóa Hàn để có thể hội nhập vào xã hội Hàn Quốc. Các cô dâu Việt rất nên đăng ký tham gia vì quyền lợi của người kết hôn di trú được khuyến khích rất nhiều khi hoàn thành chương trình này.

- *Các quyền lợi bao gồm:*

+ Miễn thi viết và miễn phỏng vấn trong kỳ thi nhập quốc tịch.

+ Rút ngắn thời gian chờ đợi thẩm tra quốc tịch.

+ Cộng thêm điểm (tối đa 25 điểm) vào năng lực chuyên môn trong hệ thống điểm khi đổi sang visa cư trú (F-2).

+ Miễn chứng minh năng lực tiếng Hàn khi đăng ký visa thường trú thông thường (F-5).

+ Miễn chứng minh năng lực tiếng Hàn của vợ và con cái dưới tuổi vị thành niên khi đăng ký visa thông thường (F-5).

Cách đăng ký: Đăng ký tại trang web www.socinet.go.kr.

Vì những lợi ích rất thiết thực của các chương trình này, người chồng Hàn Quốc nên chủ động đăng ký, tạo điều kiện cho vợ tham gia tất cả các chương trình giáo dục nói trên. Người vợ nên hiểu rõ sự cần thiết và các lợi ích của chương trình để nỗ lực tham gia và hoàn thành tốt các nội dung học tập, tạo thuận lợi cho bước đường hội nhập mới của mình vào xã hội Hàn Quốc.

V. 사회와 가족 생활에서의 구체적 상황에 대한 행동지침

A. 가족 생활

1. 베트남 신부에 대한 행동지침

1.1. 어머니와 며느리 사이의 예절

시어머니와 며느리는 혈연이 아닌 인위적으로 맺어진 어머니 자식관계이다. 그러나 시어머니와 며느리가 겪는 갈등은 인위적인 인간관계에서 비롯된다기보다는 가부장적인 전통 사회에서 지배, 피지배의 수직 관계로 며느리의 절대 복종만이 도리이고 미덕이라는 관념이 한국사회에 남아있다. 따라서 서로의 요구를 자제하고 서로의 마음을 열어갈 수 있도록 항상 솔직한 태도를 지녀야 한다.

시어머니는 며느리를 "내 아들의 배우자일 뿐 나와는 남이다."라고 생각한다. 따라서 시어머니와 며느리는 서로 남이기에 예절을 지켜야 하며, 생활 습성이 나와 다른 것은 당연하다는 것을 깨달아야 한다. 그것이 며느리를 이해하는 첫걸음이다.

며느리 역시 시어머니를 "내 남편의 어머니일 뿐 나와는 남이다."라고 생각한다. 서로 남이라는 것을 염두에 둔 이상 깍듯하고 진실하게 시어머니를 배려하는 슬기를 발휘한다.

시어머니는 며느리의 작은 마음 씀씀이에도 고맙게 여기고 "다 너의 덕분이구나!", "착하기도 하지!" 등등의 표현을 자주 사용한다.

V. Những hướng dẫn ứng xử cho các tình huống cụ thể trong sinh hoạt gia đình và xã hội

A. Trong sinh hoạt gia đình

1. Hướng dẫn ứng xử cho cô dâu Việt

1.1. Ứng xử giữa mẹ chồng và con dâu, tôn kính bố mẹ chồng

Mối quan hệ mẹ chồng và nàng dâu là mối quan hệ được hình thành theo luật pháp và phong tục không phải quan hệ huyết thống. Tại Hàn Quốc quan niệm được cho là đạo lý và được đánh giá là đức tính tốt đẹp trong mối quan hệ này là sự vâng phục tuyệt đối của con dâu theo quan hệ đường thẳng đứng của sự kiểm soát, bị kiểm soát trong xã hội gia trưởng truyền thống. Do đó, hai bên phải kiểm soát nhu cầu của nhau và luôn phải có thái độ thẳng thắn để có thể mở lòng với nhau.

Mẹ chồng có suy nghĩ: "Con dâu chỉ là bạn đời của con trai mình, đối với mình là người ngoài". Do đó, vì mẹ chồng và nàng dâu là người ngoài với nhau nên phải giữ lễ phép, và cần phải hiểu rằng thói quen sinh hoạt khác với mình là điều đương nhiên. Điều này chính là bước đi đầu tiên để hiểu con dâu.

Con dâu cũng có suy nghĩ: "Mẹ chồng chỉ là mẹ của chồng mình, đối với mình là người ngoài". Một khi đã nghĩ hai bên là người ngoài với nhau thì nên phát huy sự khôn ngoan qua việc quan tâm mẹ chồng một cách lịch thiệp và chân thành.

Mẹ chồng nên cảm ơn dù là một chút lòng thành nhỏ bé của con dâu và thường sử dụng các biểu hiện như: "Toàn là nhờ con cả!", "Con rất ngoan!" v.v...

며느리 역시 시어머니의 작은 호의나 배려도 고맙게 받아들이고, "어머니의 덕입니다.", "어머니 솜씨는 최고예요!"등 진심으로 즐겁게 말할 수 있어야 한다.

어려움에 부딪혀도 시어머니와 며느리는 절대로 서로를 탓하지 말아야 한다. 두 사람이 불화 한다면 더 큰 재난이나 혼란을 불러올 뿐이다.

시어머니는 손자나 손녀 앞에서 며느리를 흉보아서는 안 된다. 며느리 역시 아이들 앞에서 시어머니에 대한 불평을 하지 않는다.

시어머니는 며느리 앞에서 절대로 남의 집 며느리를 칭찬하지 않는다.

상대방의 취미를 존중한다. 서로 관심을 다른 곳에 두는 것을 관계 향상에 긍정적인 것이다.

지혜로운 며느리는 시집의 풍속을 빨리 익히려고 노력한다.

고부간의 불화는 남편과 아들을 고통스럽게 하는 것이다. 며느리는 시어머니의 삶의 경험을 배우고, 시어머니는 며느리로부터 시대의 변화를 깨닫는 기회로 삼아야 한다.

부모님께는 바른 몸가짐으로 공손한 말씨를 쓴다.

밤엔 잠자리를 정해 드리고, 새벽엔 살핀다.

"안녕히 주무십시오.", "안녕히 주무셨습니까?" 살피며, 아침과 저녁으로 부모님께 인사하는 것을 잊지 말아야 한다.

아침에 출근할 때 부모님께 "오늘 잘 다녀오겠습니다"하고 인사드리고, 퇴근하면 "잘 다녀왔습니다"하고 인사를 드린다.

겨울엔 따뜻하게 해드리고 여름엔 시원하게 해드린다.

부모님의 말씀을 머리 숙여 공손하게 경청하고 거역하거나 게을리 하지 않고 실천한다.

밖에 나갈 때는 알리고, 늦으면 반드시 연락을 한다.

Con dâu cũng đón nhận thiện chí và sự quan tâm nhỏ của mẹ chồng với lòng biết ơn và cần phải nói thật lòng với thái độ vui mừng những câu như: "Nhờ mẹ hết ạ!" "Mẹ thật khéo tay!" v.v...

Dù va chạm với khó khăn thì mẹ chồng và con dâu tuyệt đối không nên đổ lỗi cho nhau. Vì nếu hai người bất hòa thì chỉ gây ra thêm vấn đề lớn hoặc sự ồn ào.

Mẹ chồng không nên nói xấu con dâu trước mặt cháu trai, cháu gái. Con dâu cũng không nên than phiền về mẹ chồng trước mặt các con.

Mẹ chồng tuyệt đối không khen ngợi con dâu nhà khác trước mặt con dâu mình. Hai bên cần tôn trọng sở thích của nhau. Sở thích của hai người khác nhau là điều tích cực để cải thiện mối quan hệ. Người con dâu hiểu chuyện sẽ luôn nỗ lực để nhanh chóng thích nghi với phong tục ở nhà chồng.

Sự bất hòa giữa mẹ chồng nàng dâu chính là điều mang lại đau khổ cho người chồng và người con trai. Con dâu nên học hỏi kinh nghiệm sống từ mẹ chồng và mẹ chồng nên xem những sự thay đổi của thời đại từ người con dâu chính là cơ hội để mở mang nhiều điều.

Nên dùng những ngôn ngữ kính trọng với tư thế ngay thẳng trước bố mẹ.

Ban đêm sắp xếp chỗ ngủ và buổi sáng cũng quan tâm thăm hỏi: "chúc bố mẹ ngủ ngon", "đêm qua bố mẹ ngủ ngon không ạ?", không nên quên những lời chào vào buổi sáng và buổi tối dành cho bố mẹ.

Khi đi làm vào buổi sáng cần nói lời chào với bố mẹ như: "con đi rồi sẽ về ạ". Khi đi về đến nhà thì nên nói lời chào: "con mới về ạ".

Mùa đông giữ ấm cho bố mẹ, mùa hè giúp cho bố mẹ luôn cảm thấy mát mẻ.

Lắng nghe lời của bố mẹ với thái độ kính trọng đầu cúi nhẹ, không có thái độ chống đối hoặc lười nhác, làm theo lời bố mẹ căn dặn.

Nên thông báo cho bố mẹ biết khi đi ra ngoài nếu về trễ nhất định phải gọi điện báo trước.

1.1.1. 부모님이 방에 계실 때

부모님 방에 드나들 때는 방문을 열기 전에 미리 알린다. 부모님이 앉아 계시면 등 뒤로 다닌다. 누워 계실 때는 머리맡이나 위로 다니지 않는다.

부모님을 모시지 않고 따로 생활을 할 때는 아침저녁으로 문안전화를 자주 한다.

1.1.2. 살림살이와 어른의 용돈

어른께서 따로 수입이 있으시더라도 어른의 용돈은 드려야 한다. 어른께서 용돈을 드릴 때는 아들이나 딸이 드리는 것보다 며느리나 사위가 드리는 것이 더욱 아름답고 어른을 기쁘게 한다. 용돈을 드릴 때는 깨끗한 봉투에 담아서 드린다. 어른의 용돈은 떨어지지 않게 미리 준비하여 드린다.

아랫사람이 돈 관리를 하더라도 통상 외의 지출은 어른께 여쭈어야 한다. 가족들의 수입과 지출은 가장(家長)인 어른께서 관리하시게 한다.

1.1.3. 그 밖에 할 일

부모님은 항상 좋은 음식을 마련하여 드린다. 부모님께서 병환이 나시면 정성껏 간호해 드린다. 부모님은 항상 좋은 자리에 모신다. 부모님께서 출입하시거든 반드시 일어서서 배웅을 해 드린다. 부모님 의복은 넘어 다니거나 밟지 않는다. 부모님과 함께 텔레비전을 볼 때는 다리를 뻗거나 비스듬히 눕지도 않고 채널을 마음대로 바꾸지 않는다.

가족이 아플 때는 정성껏 치료를 하고 병원에 입원하면 위로를 해준다. 친척들을 호칭할 때는 나이와 촌수를 따져서 올바른 호칭을 한다.

시부모의 생신날에는 정성껏 음식을 차려 대접하고 조그만 선물을 한다.

1.1.1. Khi bố mẹ ở trong phòng

Khi vào trong phòng của bố mẹ thì trước khi mở phòng phải báo trước. Nếu bố mẹ đang ngồi thì đi vòng phía sau lưng. Nếu bố mẹ đang nằm thì không vòng qua đầu của bố mẹ.

Khi không phải chăm sóc bố mẹ và ở riêng thì nên thường xuyên gọi điện hỏi thăm bố mẹ vào buổi sáng và buổi tối.

1.1.2. Gửi tiền tiêu vặt cho người lớn

Dù người lớn có khoản thu nhập riêng đi nữa nhưng cũng nên gửi tiền tiêu vặt cho người lớn. Khi gửi tiền cho người lớn, thay vì con trai hoặc con gái gửi tiền cho bố mẹ thì bố mẹ sẽ vui hơn nếu con dâu hoặc con rể trực tiếp trao. Nên để tiền vào trong phong bì sạch sẽ rồi mới trao cho bố mẹ. Luôn chuẩn bị trước và gửi tiền tiêu vặt cho bố mẹ trước khi tiền của bố mẹ hết.

Khi người dưới quản lý tiền chi tiêu đi nữa nhưng cũng phải hỏi người lớn về những khoản chi ngoài kế hoạch. Để cho người lớn tuổi là người gia trưởng quản lý việc chi tiêu của gia đình.

1.1.3. Những việc khác nên làm

Luôn luôn chuẩn bị thức ăn ngon dành cho bố mẹ. Khi bố mẹ bị bệnh nên chăm sóc tận tình. Luôn dành chỗ ngồi tốt cho bố mẹ. Khi bố mẹ ra ngoài hoặc về nhà thì nhất định phải đứng lên để tiễn hoặc chào. Không bước qua hoặc dẫm lên trên quần áo của bố mẹ. Khi cùng xem phim với bố mẹ chồng không duỗi thẳng chân hoặc nằm thẳng người ra, không tự ý chuyển kênh mình muốn xem.

Khi người trong gia đình bị ốm, nên chữa trị tận tình và nếu nhập viện thì cần quan tâm an ủi. Khi xưng hô với họ hàng thì nên cân nhắc về tuổi tác và quan hệ để xưng hô đúng lễ nghi.

Vào ngày sinh nhật của bố mẹ chồng, nên chuẩn bị thức ăn bằng cả lòng thành và tặng một chút quà cho bố mẹ chồng.

1.1.4. 하지 말아야 할 일

어떤 경우에라도 거짓말을 해서는 안 된다.

사치하거나 돈을 함부로 낭비해서는 안 된다.

가족들의 흉을 보아서는 안 된다.

남편 이외에 다른 남자와 필요이상으로 가깝게 지내서는 안 된다.

가족과 상의 없이 다른 사람으로부터 돈을 빌리거나 빌려주어서는 안 된다.

물건을 살 때도 가족과 상의 없이 비싼 물건을 사서는 안 된다.

어른들이나 남편에게 반말을 해서는 안 된다. 부부간에는 반드시 서로 존댓말을 해야 한다.

부모님 생신, 혼인기념일, 형제자매의 생일을 잊고 그냥 지나서는 안 된다.

어른들이 꾸중을 할 때 팔짱을 껴서는 안 된다. 두 손을 잡고 배꼽 위에 대고 고개를 약간 숙이고 조용히 경청해야 한다.

어른들이 말하는데 중간에 끼어들어 어른들의 말을 중단시켜서는 안 된다.

1.1.4. Những việc không nên làm

Không nói dối trong bất kỳ trường hợp nào.

Không xa xỉ hoặc tiêu xài tiền lãng phí.

Không được nói xấu gia đình.

Không gần gũi trên mức bình thường với người đàn ông khác ngoài chồng của mình.

Nếu chưa bàn bạc cùng với gia đình thì không được mượn tiền từ người khác hoặc cho người khác mượn tiền.

Khi mua sắm, nếu chưa bàn bạc với gia đình thì không được mua những món hàng đắt tiền.

Không nói chuyện ngang hàng, trống không với người lớn hoặc chồng mình. Giữa vợ chồng cần phải dùng kính ngữ với nhau.

Không được quên và để trôi qua ngày sinh nhật của bố mẹ chồng, ngày kỷ niệm đám cưới, ngày sinh nhật của anh chị em.

Khi người lớn trách mắng thì không được khoanh tay lại. Hai tay nên nắm vào nhau, đặt trên rốn, đầu hơi cúi xuống và im lặng lắng nghe.

Khi người lớn đang nói thì không xen ngang vào và ngắt lời người lớn.

1.2. 형제자매 사이의 예절

형제자매는 애정과 신뢰를 바탕으로 한 가족이라는 집단을 배경으로 형성된 혈연관계이다. 이러한 특별한 관계에서 갈등이 발생할 때에는 형제자매의 서열에 따른 역할이 강조되는 것이 한국 사회의 전통이다. 형제자매 사이의 예절을 정리해 보면 다음과 같다.

형제자매의 관계에서 가장 중요한 역할은 맏이다. 맏이는 형제 자매간의 정신적 구심점이 되어야 한다. 맏이는 모든 동생들의 지도자로써 너그럽고 따뜻한 정을 품어내는 부모의 마음을 지녀야 한다.

형제자매의 배우자는 그들의 가장 가까운 사람들이다. 서로 깍듯한 예의로 대하면 사랑과 공경의 마음이 우러나오게 마련이다. 이들에게 형제의 서열과 같은 예절로 대우하여야 하며, 친형제처럼 사랑과 정을 나누어야 한다.

집안의 남자들은 가정 일에 모두 참여토록 하기 위하여 형제들의 아내들과 자매들은 단합하여 가정 내에서 각자의 역할을 분담하여 담당할 수 있도록 한다.

1.3. 인사

인사는 먼저 보는 사람이 한다.
상대편을 바라보면서 한다.
밝은 목소리로 한다.
정성이 깃들인 인사를 한다.
때와 장소에 알맞는 인사를 한다.
한국과 베트남에서 가족생활이든 사회생활이든 인사예절이 윗사람과 아랫사람 사이에 주목을 받는 중요한 미덕인 것으로 보인다. 인사할 때 친절하며 밝은 표정을 짓고 호의와 배려를 표할 필요가 있다. 그러나 한국과 베트남의 인사방법에 대한 차이점이 있는데 베트남 신부들이 이 부분에 대해 꼭 신경을 써야 한다. 베트남인에게는 인사할 때 상대방에 대한 친절함, 배려나 존경은 눈빛, 웃음, 얼굴 표정과 더불어 단순하게 고개를 끄덕이거나 미소를 짓는 간단한 인사말로 표현된다. 베트남인에게는 고개를 숙이거나 몸을 굽히는 관습이 없다. 그런데 한국인에게는 존경할 정도로 고개를 숙이

1.2. Ứng xử giữa anh em, chị em

Anh chị em là mối quan hệ huyết thống được hình thành trong bối cảnh một tập thể gọi là gia đình dựa trên nền tảng là tình cảm và sự tin cậy. Khi xảy ra mâu thuẫn trong mối quan hệ đặc biệt này thì việc nhấn mạnh vào vai trò theo thứ bậc của anh chị em chính là truyền thống của xã hội Hàn Quốc. Các lễ nghi ứng xử giữa anh chị em có thể được tóm lược như sau:

Vai trò quan trọng nhất trong quan hệ anh chị em chính là người con trưởng. Người con trưởng phải trở thành mối dây kết nối về mặt tinh thần giữa anh em, chị em. Người con trưởng là người đứng đầu trước các người em của mình nên cần phải có tấm lòng đong đầy tình cảm rộng lượng và ấm áp.

Người bạn đời của anh chị em chính là những người gần gũi nhất với họ do đó nếu ứng xử nhã nhặn với nhau thì tấm lòng yêu thương và tôn trọng sẽ đến. Với những người này thì nên ứng xử đúng theo thứ bậc của anh em, và phải chia sẻ tình cảm, sự yêu thương như anh em ruột.

Những người đàn ông trong gia đình cần phải nối kết các chị em và những người vợ của anh em lại, phân chia vai trò của mỗi người trong gia đình để mọi người cùng chịu trách nhiệm và tham gia vào công việc của gia đình.

1.3. Chào hỏi trong gia đình hàng ngày

Người nào nhìn thấy đối phương trước sẽ chào hỏi trước.

Vừa nhìn vào người đối diện vừa chào hỏi, chào với nụ cười tươi sáng và một cách đầy thành ý. Chào hỏi đúng lúc, đúng nơi.

Ở Hàn Quốc và Việt Nam trong sinh hoạt cuộc sống gia đình hay xã hội, lễ nghi chào hỏi luôn được chú trọng, đồng thời được xem là phép tắc đạo đức quan trọng của người dưới với người trên. Khi chào hỏi cần có vẻ mặt tươi tắn, thân thiện thể hiện thiện chí và lòng quan tâm. Tuy nhiên có những khác biệt trong cách chào hỏi của Hàn Quốc và Việt Nam mà cô dâu Việt cần chú ý. Với người Việt, sự thân thiện, quan tâm hay tôn kính trong khi chào hỏi thể hiện ở ánh mắt, nụ cười, vẻ mặt cùng với một lời chào ngắn, thậm chí có khi

고 몸을 굽히는 예절과 해당 인사 대상에게 할 인사는 필수적인 인사예절이다. 윗사람에게는 꼭 존댓말을 써야 한다. 인사 대상에게 맞는 인사말을 하는 것은 베트남 신부가 신경을 쓰고 숙지해야 하는 것이다.

식구들이 외출할 때 신부가 "조심히 가세요"라고 인사하며 다녀온 사람에게 "잘 다녀오셨어요"라고 인사하는 것이 좋다. 시부모와 같은 웃어른이 외출하거나 집에 다녀오게 되면 신부가 한국식 인사예절로 문턱까지 배웅하거나 마중하는 것이 필요하다.

손님이 방문할 때 잘 아는 사이가 아니라도 신부가 한국식 인사예절을 행하는 것도 좋은 방법이다.

신부가 외출할 때 시댁 식구들에게 어디에 가는지 또 언제 돌아올 건지에 대해 이야기해 주거나 메모를 남기고 나가는 것이 좋으며 약속을 꼭 지켜 집에 제시간에 돌아와야 한다. 예정과 달리 집에 늦게 들어오게 될 경우 가족 식구들이 걱정하지 않게 미리 연락을 해 줘야 한다.

인사예절은 가정교육의 질서를 나타내는 생활 속의 중요한 부분이라 한국과 베트남에서 신경이 쓰이는 것이다. 일상인사 예절 외에 한국에는 신부가 설과 명절에 제사를 모시는 곳에서 행하는 여러 가지 배례 형식도 따로 있다. 그런 의례를 잘 이해하며 숙지하는 것은 신부가 꼭 신경을 써서 배워야 한다. 왜냐하면 한국인에게 위계 문화의 가장 대표적인 예절은 인사예절이기 때문이다.

chỉ là cái gật đầu và nụ cười. Người Việt không có thói quen chào cúi đầu hay gập người. Nhưng với người Hàn nghi lễ cúi đầu và gập người (cao hay thấp tùy mức độ tôn kính) là nghi lễ bắt buộc trong chào hỏi, kèm theo đó là lời chào phù hợp với đối tượng chào. Nếu là người trên phải dùng kính ngữ. Đó là điều cô dâu Việt nên chú ý học và chào cho đúng cách, đúng lời chào với đối tượng cần chào.

Khi có người nhà đi ra ngoài, cô dâu nên chào: "ông/ bà/ cha/ mẹ/anh ... đi cẩn thận ạ". Khi có người về thì nên chào "ông/ bà/ cha/ mẹ/anh... đã đi về rồi ạ". Với người lớn như cha/ mẹ chồng đi ra ngoài, hoặc trở về nhà thì con dâu nên ra đến cửa để tiễn hoặc đón với nghi lễ chào hỏi của Hàn Quốc.

Khi có khách đến nhà chơi thì dù không quen biết, cô dâu cũng nên thực hành nghi lễ chào hỏi của người Hàn.

Khi cô dâu đi ra ngoài thì nên nói rõ với người trong nhà hoặc để lại lời nhắn là đi đâu và mấy giờ sẽ về và nên giữ đúng lời hứa về nhà đúng giờ. Nếu phải về trễ hơn so với dự định thì phải báo cho người trong nhà biết để mọi người không phải lo lắng.

Chào hỏi là một phần quan trọng trong đời sống thể hiện nề nếp của giáo dục gia đình nên rất được chú ý đánh giá ở cả Hàn Quốc và Việt Nam. Ngoài nghi lễ chào hỏi thông thường hàng ngày, ở Hàn Quốc còn nhiều nghi lễ quỳ lạy chào hỏi dành cho cô dâu vào những dịp lễ tết hay ở những địa điểm thờ cúng đặc biệt. Việc hiểu biết và thực hành đúng các nghi lễ đó là điều cần thiết mà cô dâu nhất thiết phải lưu tâm học hỏi vì đối với người Hàn thì nghi lễ thể hiện trước hết của văn hóa tôn ty là nghi lễ chào hỏi.

1.4. 식사 예절

요즈음 한국 사회는 핵가족화가 되어 한 가정에 3대가 함께 사는 가정이 많지 않다. 그러나 도시가 아닌 농어촌에는 부모와 함께 2대가 함께 사는 가정이 많다. 2대가 함께 살던, 3대가 함께 살던 한국에서의 식사 예절이 바뀌는 것은 없다. 어른들과 식사할 때 다음과 같은 예절을 지키는 것이 바람직하다. 어른들은 대부분 치아가 약하기 때문에 딱딱한 음식이나 씹기가 어려운 질긴 음식이 아닌 부드럽고 소화가 잘 되는 음식을 따뜻하게 준비하는 것이 어른들로 칭찬받는 길이다.

밥상에 앉으면 어른이 먼저 수저를 든 다음에 수저를 들고 먹기 시작하며 어른과 식사하는 속도를 맞추어가며 먹는다.

숟가락이나 젓가락을 한가지씩만 들고 사용한다. 두 가지를 동시에 한 손에 들고 식사를 하는 것은 올바른 예절이 아니다. 숟가락은 밥이나 국을 먹을 때, 젓가락은 반찬을 집어 먹을 때 사용한다.

밥그릇이나 국그릇을 손으로 들고 먹어서는 안 된다.

음식을 씹는 소리, 그릇끼리 부딪히는 소리가 나지 않도록 식사를 한다.

반찬을 이리저리 뒤적거리거나 맛있는 것만 골라먹지 않고 골고루 먹지 않도록 한다.

뼈나 생선가시와 같은 반찬 찌꺼기들은 옆 사람에게 보이지 않도록 휴지에 싸거나 별도의 그릇에 넣어 처리한다.

음식을 먹는 도중에는 조용히 음식을 먹고, 입 안에 있는 음식물이 밖으로 튀어 나가지 않도록 한다.

기침을 하거나 재채기를 하게 될 경우에는 손수건이나 휴지로 입을 가리고 고개를 돌려 상대방에게 피해를 주지 않도록 한다.

1.4. Ứng xử trên bàn ăn

Gần đây xã hội Hàn Quốc đang dần phát triển theo hướng xã hội hạt nhân nên không có nhiều gia đình có ba thế hệ cùng chung sống với nhau. Thế nhưng vẫn có nhiều gia đình trong đó có hai thế hệ cùng sống với bố mẹ nhất là ở khu vực nông thôn. Dù là hai thế hệ hay ba thế hệ cùng chung sống với nhau thì những lễ nghi ăn uống của Hàn Quốc vẫn không thay đổi. Khi dùng bữa cùng với người lớn nên gìn giữ những phép lịch sự sau.

Bởi vì đa số những người lớn tuổi răng bị yếu cho nên thay vì chuẩn bị thức ăn cứng hoặc thức ăn dai khó nhai thì chuẩn bị những thức ăn ấm mềm có lợi cho tiêu hóa, đây là cách để cô dâu Việt có thể nhận được lời khen ngợi từ những người lớn.

Khi ngồi vào mâm cơm, sau khi người lớn cầm muỗng đũa lên trước thì người nhỏ mới được cầm muỗng đũa lên và bắt đầu ăn cơm, nên ăn theo tốc độ ăn của người lớn.

Chỉ sử dụng một trong hai món đó là muỗng hoặc đũa. Việc cầm cả đũa và muỗng trong tay cùng ăn cơm không phải là một lễ nghi đúng mực. Muỗng được sử dụng khi ăn cơm hoặc ăn canh, đũa được sử dụng khi gắp các thức ăn.

Không được nâng chén cơm hoặc chén canh trong tay khi ăn.

Khi ăn không để phát ra âm thanh nhai thức ăn trong miệng, không để phát ra âm thanh chén bát va vào nhau.

Ăn đều các món ăn và không nên lật bên này bên kia món ăn và lựa những phần ngon nhất.

Những phần thức ăn bỏ đi như xương hoặc xương cá thì nên gói lại trong giấy ăn để người bên cạnh không nhìn thấy hoặc là bỏ riêng vào một cái chén.

Trong khi ăn thức ăn nên ăn một cách yên lặng, không để thức ăn từ trong miệng văng ra bên ngoài.

Trường hợp ho hoặc hắt hơi thì nên che miệng lại bằng khăn tay hoặc giấy ăn rồi xoay đầu sang một bên để tránh làm ảnh hưởng người bên cạnh.

1.5. 시댁식구들과 반목할 때의 태도

결혼생활 중에서 가장 불편할 때가 시댁식구들과의 의견이 맞지 않아 불화가 있을 때이다. 이 때 며느리들은 현명하게 대처하지 않으면 안 된다. 자칫 잘못하면 불화가 커져서 이혼으로 이어지게 되고, 인생에 돌이킬 수 없는 불행을 겪게 되기 때문이다. 때문에 시댁식구들과 반목할 때 베트남 며느리들은 신중하게 생각하고 대처하지 않으면 예상하지 못한 불행한 결과를 맞이하게 된다는 점에서 다음 사항을 유의해야 한다.

우선적으로 해야 할 일은 시댁식구들과 반목하게 된 원인을 명확하게 파악하고 있어야 한다. 문화적인 차이로 인한 시댁식구들의 오해라면, 시아버지나 시어머니에게 베트남 문화의 차이점을 설명하고 용서를 구하는 것이 가장 좋다. 그럼에도 반목이 지속된다면 다음과 같은 방안을 찾아보는 것이 바람직하다.

시댁에서 제일 나이 많은 어른에게 상황을 설명하고 도움을 요청해야 한다.

언어 소통에 어려움이 있을 것이기 때문에 자신보다 먼저 한국에 정착한 베트남 여성이나 근처에 있는 다문화가정지원센터에 도움을 요청한다.

절대로 시댁식구들의 흉을 본다거나 집안 일을 다른 외부사람들에게 널리 알려서 시댁식구들의 자존심을 꺾어서는 안 된다.

마을의 부녀회 회장이나 자신의 처지를 잘 이해해 줄 수 있는 분에게 도움을 요청한다.

1.5. Thái độ khi có bất hòa với các thành viên trong gia đình chồng

Khoảng thời gian cảm thấy không thoải mái nhất trong sinh hoạt hôn nhân đó là khi có sự bất hòa do bất đồng ý kiến với các thành viên trong gia đình chồng. Lúc này các cô dâu cần phải ứng xử một cách sáng suốt. Bởi vì khi làm sai dẫn đến mối bất hòa ngày một trầm trọng rồi xảy ra li hôn sẽ khiến cho cuộc đời gặp phải sự bất hạnh không thể nào quay lại được. Chính vì thế khi có xích mích với thành viên trong gia đình chồng, các cô dâu Việt Nam nếu không suy nghĩ và ứng xử một cách thận trọng thì sẽ gặp phải những hệ quả bất hạnh không lường trước được, do đó cần phải lưu ý những điều sau:

Việc cần làm trước tiên đó là cần phải tìm hiểu chính xác nguyên nhân khiến cho cô dâu Việt có hiềm khích với thành viên trong gia đình chồng. Nếu đó là hiểu lầm với các thành viên trong gia đình chồng do sự khác biệt về văn hóa thì cô dâu Việt nên giải thích những sự khác biệt về văn hóa của Việt Nam cho bố chồng hoặc mẹ chồng và mong người lớn bỏ qua cho. Dù vậy nếu như những hiềm khích cứ tiếp tục tái diễn thì cô dâu Việt nên tìm những phương án sau đây:

Nên giải thích tình huống cho người lớn tuổi nhất trong gia đình chồng và tìm kiếm sự giúp đỡ.

Bởi vì sẽ có khó khăn về ngôn ngữ cho nên cần tìm kiếm sự giúp đỡ của những người phụ nữ Việt Nam đã định cư tại Hàn Quốc trước mình hoặc tìm đến trung tâm hỗ trợ gia đình đa văn hóa ở gần khu vực mình sống.

Tuyệt đối không nên nói xấu gia đình chồng hoặc để cho những người bên ngoài biết hết những việc trong gia đình của mình và làm tổn thương lòng tự trọng của gia đình chồng.

Nên tìm kiếm sự giúp đỡ từ chủ tịch hội phụ nữ địa phương hoặc tìm đến một người có thể hiểu rõ tình huống của bản thân mình.

한국은 예절을 중시하는 사람들이라 잘못을 시인하고, 다음부터는 그러지 않겠다고 하면 대부분의 사람들이 용서를 해주기 때문에 '잘못했습니다. 죄송합니다.'라고 먼저 용서를 구한다.

시댁식구 중에서 누구보다도 시어머니의 마음을 사는 것이 가장 중요 하기 때문에 여러 사람들과 반목하기 전에 시어머니와 먼저 타협하고 용서를 구하는 것이 가장 현명하다.

남편이 항상 내편에서 내 자신의 입장을 대변해 줄 수 있도록 남편에게 충분히 상황을 설명하고 남편에게 도움을 요청하는 것이 바람직하다.

한국 사람들은 어른과 이야기할 때 상대방의 눈을 똑바로 쳐다보는 것은 예의가 없다고 생각한다.

어른으로부터 꾸지람을 들을 때는 두 손을 모으고 배꼽 부분에 대고 고개는 약간 숙인 상태로 조용히 듣는다. 이때 자신의 입장을 해명하기 위하여 말대답을 하는 것은 예의에 어긋난다.

어른으로부터 꾸지람을 들을 때는 누가 잘하고 못한 것을 떠나서 무조건 '죄송합니다.', '앞으로 잘하겠습니다.' 라고 말하는 것이 가장 좋은 방법이다. 작은 일이던 지 큰 일이던 지 어른들에게 사전 또는 사후에라도 상세히 이야기하고, 의견을 듣고 처리하는 것이 바람직하다. 상대방의 의견을 듣지 않고 일을 처리 하는데 많은 문제가 발생하기 때문이다.

Người Hàn Quốc là những người xem trọng lễ nghĩa nên nếu như nhìn nhận sai lầm của bản thân và hứa rằng lần sau sẽ không lặp lại như vậy nữa thì đa số những người Hàn Quốc sẽ bỏ qua do đó cô dâu Việt nên chủ động nói lời xin lỗi: "Con đã làm sai rồi. Con xin lỗi".

Trong gia đình chồng việc nhận được tấm lòng của mẹ chồng hơn bất cứ người nào khác chính là điều quan trọng nhất, vì vậy trước khi xảy ra xích mích với nhiều người thì nên thỏa hiệp trước với mẹ chồng và tìm kiếm sự tha thứ, đây chính là điều sáng suốt nhất.

Để người chồng có thể bênh vực theo lập trường của bản thân mình thì cô dâu Việt nên giải thích rõ ràng đầy đủ về tình huống cho chồng biết và tìm kiếm sự giúp đỡ từ chồng.

Người Hàn Quốc có suy nghĩ rằng khi nói chuyện với người lớn nếu nhìn thẳng vào mắt của người đối diện thì không lễ phép.

Khi nghe lời trách mắng từ người lớn thì hai tay nên chắp lại đặt ngang rốn, đầu hơi cúi thấp một chút và im lặng lắng nghe. Lúc này việc đối đáp lại nhằm phân trần theo lập trường của bản thân sẽ gây bất lợi cho chính mình.

Khi nghe người lớn trách mắng, không nên chỉ tập trung vào việc ai đúng ai sai mà cách tốt nhất đó là nói câu: "con sai rồi", "sau này con sẽ cố gắng hơn". Dù là việc nhỏ hay việc lớn thì cần nói lại một cách rành mạch trước hoặc sau đó cho người lớn, lắng nghe ý kiến của người lớn và xử lý sự việc. Bởi vì khi không lắng nghe ý kiến của đối phương và xử lý sự việc sẽ có nhiều vấn đề phát sinh.

1.6. 장례식에서의 태도

한국이나 베트남이나 슬픈 일을 당하였을 때 서로 찾아보고 위로하는 것은 사람이 마땅히 하여야 할 도리이다. 또한 기쁜 일 보다 슬픈 일을 당했을 때 상대의 마음을 상하지 않도록 배려하는 마음가짐이 필요하다.

조문의 순서: 빈소에 도착하면 상주에게 목례를 한 다음 영전에 꿇어 앉아 향을 피운다. 일어서서 영정을 행해 두 번 절하거나 기도 또는 묵념을 한다. 그리고 나서 상주와 맞절을 하고 조문인사를 한다.

분향요령: 향에 불을 붙인 후 불은 손으로 끈다. 향에 불을 붙여 불꽃을 끈 후 향로에 꽂게 되는데 이때 불꽃을 입으로 불지 않고 왼손으로 흔들어 끈다.

조문인사: 조문을 가서 상주에게 위로의 인사를 할 때에는 주로 다음과 같은 말을 건넨다.

"돌아가셨다는 부고를 받고 놀랍고 믿어지지가 않습니다. 얼마나 마음이 아프십니까?"

"병환이 위중하시다는 말씀을 들었습니다마는 이렇게 돌아가실 줄이야 누가 알았겠습니까?"

"병환으로 대단하시다더니 고생하시다 돌아가셨군요. 무어라 위로의 말씀을 드려야 할지 모르겠습니다."

문상의 복장: 유족은 물론 상복을 입지만 일반 문상객은 검은 색의 옷이나 화려하지 않은 평복을 입는다. 넥타이는 가급적 검정색으로 한다. 여자의 경우 화장을 짙게 하지 말고, 귀걸이, 반지 등의 장신구는 하지 않는 것이 예의 바른 차림새이다.

1.6. Ứng xử tại tang lễ

Hàn Quốc hay Việt Nam khi gặp những sự việc buồn thì việc tìm đến nhau và an ủi chính là một đạo lý mà con người cần phải làm. Ngoài ra khi gặp những chuyện buồn thay vì chuyện vui thì rất cần có tấm lòng quan tâm đến nhau để tấm lòng của đối phương không bị tổn thương.

Trình tự của việc viếng tang: Khi đến nhà tang lễ sau khi cúi chào tang chủ, người viếng tang quỳ gối ngồi xuống trước linh cữu và thắp nhang. Sau đó đứng lên lạy chào hai lần hướng về phía di ảnh hoặc cầu nguyện, mặc niệm người quá cố. Tiếp theo người viếng tang sẽ chào tang chủ và hỏi thăm.

Hướng dẫn về thắp hương: Sau khi châm lửa vào nhang, dùng tay dập tắt đốm lửa. Khi châm lửa vào nhang rồi dập tắt ngọn lửa, cắm vào trong bát nhang, lúc này không dùng miệng thể thổi đốm lửa mà dùng tay trái để vẫy tắt đốm lửa.

Lời thăm hỏi khi viếng tang: Khi đi viếng tang và nên gửi lời thăm hỏi chân tình, an ủi đến gia đình chịu tang

Trang phục khi viếng tang: Gia quyến của gia đình có tang đương nhiên sẽ mặc tang phục nhưng những khách viếng tang bình thường thì mặc thường phục không quá sặc sỡ hoặc trang phục có màu đen. Nếu thắt cà vạt thì nên thắt cà vạt màu đen. Người nữ không trang điểm đậm, không đeo những đồ trang sức như hoa tai, nhẫn...v.v, đây chính là phép lịch sự cơ bản.

밤샘: 상가에서는 친척과 친지들이 모여 밤샘을 하게 되는데, 이는 유가족들의 슬픔을 위로하고 돌아가신 이의 추억담으로 돌아가신 이를 추모하려는 의미이다. 이때 무엇보다 주의할 사항은 지나친 웃음 등으로 엄숙한 분위기를 헤치지 않아야 한다. 또한 미리 상주에게 밤샘하겠다는 뜻을 알려 어려운 일이나 도울 일을 도와주는 것이 좋다.

조위금: 상가에 전달하는 조위금은 액수보다도 정성과 성의를 나타내는 것이므로 전달과정에서 엄숙하고 성의 있게 하는 것이 중요하다. 봉투와 내면지를 쓸 경우에도 깨끗하게 성의를 다한다. 액수는 자기의 처지에 알맞게 분수에 넘치지 않도록 한다.

Ở lại đêm cùng gia đình có tang: Trong gia đình có tang thì những người thân và những người bạn bè sẽ tập trung lại và thức qua đêm, điều này có ý nghĩa là sự chia sẻ nỗi buồn với gia quyến và cũng để tưởng niệm người quá cố với những câu chuyện, những kỷ niệm về người đã khuất. Lúc này có một điều cần lưu ý hơn hết đó là không nên gây ảnh hưởng đến bầu không khí nghiêm trang bằng những nụ cười quá mức. Ngoài ra nên thông báo cho gia đình có tang biết trước rằng mình sẽ ở lại qua đêm và nên phụ giúp những công việc khó hoặc tìm những sự việc mình có thể hỗ trợ được.

Tiền phúng điếu: Tiền phúng điếu gửi đến tang gia là để thể hiện lòng thành và thành ý chứ không phải là ở khoản tiền lớn nhỏ, do đó quan trọng đó là sự nghiêm túc và thành ý trong quá trình gửi tiền phúng điếu. Khi viết chữ trên phong bì cũng cần phải viết bằng lòng thành và trình bày sạch sẽ. Khoản tiền phúng điếu nên phù hợp với điều kiện kinh tế và không nên vượt quá khả năng của bản thân.

1.7. 병 문안할 때의 태도

예상치 못한 사고를 당해 병원에 입원해 있거나 불행히도 병석에 누워 신체의 자유를 잃고 정신적으로도 초조와 고독으로 우울한 처지에 놓여있는 사람에게는 무엇보다도 따뜻한 간호와 위로의 손길이 필요하다.

문병시간: 보통 10~15분, 길면 30분 정도로 어느 때나 병문안은 짧게 끝내서 환자의 부담을 감소시켜주는 것이 좋다. 문병시간은 병원에서 정한 면회시간 또는 오전 10시경이나 오후 3시경이 좋으며 환자의 식사시간, 의사의 회진시간을 피하여 문병을 한다.

위로의 말: "부상을 당하였다기에 무척 놀랐습니다. 이만하기가 다행입니다."
"요즈음 병환이 좀 어떻습니까? 차도가 좀 있다니 반갑습니다."
"전보다 안색이 퍽 나아 보입니다. 이제 얼마 아니면 완쾌되겠지요. 이대로 꾸준히 조리 잘 하셔야겠습니다."

위로금: 병문을 갈 때는 환자의 상태를 보아 간단한 음료수, 난 화분을 전달하는 것도 좋으나 위로를 전한다는 마음으로 위로금을 전달하는 것도 좋은 방법이다. 위로금은 액수보다도 정성과 성의를 나타내는 것이므로 전달 과정에서 성의 있게 하는 것이 중요하다. 봉투와 내면지를 쓸 경우에도 깨끗하게 성의를 다한다. 액수는 자기의 처지에 알맞게 분수에 넘치지 않도록 한다.

1.7. Ứng xử khi thăm người nằm bệnh viện

Đối với con người khi gặp tai nạn mình không lường trước được do đó phải nhập viện hoặc bất hạnh hơn nữa phải nằm trên giường bệnh, mất tự do về cơ thể, phải ở trong tình cảnh lo âu, cô độc, u uất về mặt tinh thần thì rất cần một bàn tay chăm sóc ấm áp và an ủi hơn bất kì điều gì.

Thời gian thăm bệnh: Nên kết thúc ngắn gọn việc thăm bệnh, thường thì 10- 15 phút, lâu hơn có thể là 30 phút, không nên tạo gánh nặng cho bệnh nhân. Thời gian thăm bệnh nên chọn thời gian thăm mà bệnh viện cho phép hoặc buổi sáng là 10 giờ buổi chiều là 15 giờ, cần tránh thời gian dùng bữa của bệnh nhân hoặc thời gian hội chẩn của bác sĩ.

Lời an ủi: khi thăm bệnh có thể nói những lời như:

- Nghe nói anh/chị bị bệnh /bị thương nên tôi vô cùng bất ngờ. Cũng may anh /chị chỉ bị nặng bấy nhiêu thôi.

- Gần đây bệnh tình của anh/chị ra sao rồi? Tôi rất vui vì bệnh tình của anh /chị có tiến triển tốt.

- Nhìn sắc mặt của anh /chị đã khỏe hẳn hơn so với trước đây. Không bao lâu nữa chắc chị sẽ khỏe lại thôi. Nên giờ cần chú ý việc ăn uống điều đặn.

Tiền thăm bệnh: Khi đi thăm bệnh, nên xem xét trạng thái của bệnh nhân và gửi tặng những thức uống đơn giản, chậu hoa hoặc gửi một ít tiền thăm bệnh bằng tấm lòng để an ủi người bệnh. Khoản tiền thăm bệnh là để bày tỏ lòng thành và tấm chân tình chứ không phải ở chuyện tiền bạc nên quan trọng là cần thể hiện thành ý trong khi trao. Khi viết chữ trên phong bì cũng cần phải viết bằng lòng thành và trình bày sạch sẽ. Khoản tiền nên phù hợp với điều kiện kinh tế và không nên vượt quá khả năng của bản thân.

2. 한국 남편에 대한 행동지침

2.1. 부인이 아직 한국어가 서투를 때의 태도

베트남 부인이 한국어가 서툴면 가정생활은 물론 사회생활과 자녀교육에 많은 불편을 겪게 된다. 평생의 동반자로써 남편은 부인이 한국생활에 빨리 적응할 수 있도록 적극적으로 도와주어야 한다.

남편은 가장 가까이에 있는 한국어 선생 역할을 해 주는 것이 좋다. 일상생활에서 사용하는 주방용품 이름, 식생활에 필요한 물품 목록을 친절하게 반복해 서 가르쳐 주어야 한다.

집안 식구는 물론 부모의 형제자매는 물론 가까운 친척들을 부인에게 소개하고 부르는 방법을 잘 가르쳐준다.

가까운 곳에 있는 다문화가정지원센터를 데리고 가서 행정적인 지원을 받는 방법을 알려준다.

부인이 아는 사람이나 친한 사람도 없으므로 외국생활이 외롭지 않도록 먼저 와서 살고 있는 베트남 여성이 있다면 적극적으로 교류할 수 있도록 소개하고 만남의 자리를 만들어 준다.

김치, 된장찌개, 전골 등 한국 사람들이 일상적으로 먹는 한국 음식을 만드는 방법을 익힐 수 있도록 요리학원에 등록을 시켜 배우도록 한다.

베트남에 있는 친정 식구들과 영상통화로 자주 소통할 수 있도록 하여 생활의 어려움과 외로움으로부터 벗어날 수 있도록 한다.

2. Hướng dẫn ứng xử cho người chồng Hàn Quốc

2.1. Ứng xử khi vợ vẫn chưa thông thạo tiếng Hàn

Khi người vợ Việt Nam chưa thông thạo tiếng Hàn thì đương nhiên sẽ gặp nhiều bất tiện trong sinh hoạt gia đình và cả trong sinh hoạt xã hội, giáo dục con cái. Với tư cách là một người đồng hành trong cả cuộc đời của nhau, người chồng nên hỗ trợ một cách tích cực để vợ có thể nhanh chóng thích nghi với sinh hoạt ở Hàn Quốc.

Người chồng nên đóng vai trò là giáo viên tiếng Hàn gần gũi nhất bên cạnh vợ. Người chồng nên lặp đi lặp lại và chỉ dạy một cách ân cần cho vợ về tên của những vật dụng trong nhà bếp được sử dụng trong đời sống thường ngày, danh mục của những đồ vật cần thiết trong sinh hoạt ăn uống.

Người chồng nên giới thiệu và chỉ cho vợ cách thức gọi những thành viên trong gia đình, anh em chị em của bố mẹ, và đương nhiên là cả những người thân.

Người chồng nên dẫn vợ đến trung tâm hỗ trợ gia đình đa văn hóa gần nhất và hướng dẫn cho vợ cách thức để được hỗ trợ về mặt hành chính.

Vì người vợ không có ai quen biết và cũng không có người thân thiết nên nếu như có những người phụ nữ Việt Nam đã đến Hàn Quốc và ổn định cuộc sống trước, thì người chồng cần giới thiệu và sắp xếp những buổi gặp mặt để vợ có thể giao lưu tích cực, từ đó giúp cho sinh hoạt ở nước ngoài không còn cô đơn nữa.

Người chồng cần đăng ký khóa học nấu ăn tại trung tâm cho vợ để vợ có thể học và quen với cách thức chế biến những món ăn Hàn Quốc mà người Hàn Quốc thường ăn hằng ngày như kim chi, lẩu đậu tương, lẩu bò v.v…

Người chồng nên hỗ trợ để vợ có thể thường xuyên chát trực tuyến qua màn ảnh cùng với các thành viên trong gia đình ở Việt Nam, từ đó có thể thoát ra khỏi nỗi cô đơn và sự khó khăn trong sinh hoạt.

베트남 풍습이 한국의 풍습과 다르기 때문에 한국 풍습에 익숙하지 않다는 점을 항상 유념하여 한국 풍습에 맞지 않는 행동을 할 경우에는 친절하게 '그렇게 해서는 안 된다'는 점을 잘 설명해 준다.

2.2. 한국어 학습 여건 조성

베트남 부인이 한국어가 서툰 것은 당연한 것이다. 한국 남편이 베트남어를 잘 모르는 것과 같은 이치이다. 가정의 행복은 부인이 한국말을 잘할 수 있느냐 혹은 남편이 베트남어를 잘할 수 있느냐에 달려 있다고 해도 과언이 아니다. 따라서 남편은 부인이 한국어를 잘할 수 있도록 학습의 기회를 적극 마련해 주어야 한다.

매일 일정한 시간을 정해 부인이 한국어를 배울 수 있도록 교육장소를 소개해 준다.

가까운 곳에 한국어를 배울 수 있는 곳이 없다면, 인근도시에 다문화가정 지원센터에서 운영하는 한국어 프로그램에 등록하여 한국어를 배울 수 있도록 한다.

한국어 학습효과를 높이기 위하여 최소 2-3명이 함께 공부할 수 있도록 모임을 구성해 준다.

텔레비전 어린이 프로그램을 통하여 쉬운 한국말부터 배울 수 있도록 한다.

어린이들이 유치원에서 한글배울 때 사용하는 낱말카드나 그림으로 된 동물 이름, 물고기 이름을 방에 부착하여 한국낱말을 빨리 익힐 수 있도록 한다.

Luôn luôn lưu ý một điều đó là phong tục Việt Nam khác với phong tục Hàn Quốc, chính vì thế người vợ Việt Nam sẽ không quen với phong tục của Hàn Quốc, trong trường hợp người vợ có hành động không phù hợp với phong tục của Hàn Quốc thì chồng nên giải thích rõ ràng một cách ân cần như là: "em không nên làm như thế".

2.2. Tạo môi trường học tập tiếng Hàn

Việc người vợ Việt Nam chưa thông thạo tiếng Hàn là một việc đương nhiên. Cũng giống như người chồng Hàn Quốc không biết rõ về tiếng Việt. Nếu nói rằng hạnh phúc của gia đình tùy thuộc ở việc người vợ có thể nói giỏi tiếng Hàn hay không hoặc là người chồng có thể nói giỏi tiếng Việt hay không thì cũng không phải là một lời nói quá. Do đó người chồng nên tích cực tạo cơ hội học tập để vợ có thể giỏi được tiếng Hàn.

Sắp xếp thời gian nhất định vào mỗi ngày và giới thiệu một nơi dạy tiếng Hàn để vợ có thể học tiếng Hàn.

Nếu như ở gần nhà không có nơi để vợ học tiếng Hàn thì nên đăng ký chương trình học tiếng Hàn được mở ra tại trung tâm hỗ trợ gia đình đa văn hóa ở thành phố gần đó và hỗ trợ để vợ có thể học được tiếng Hàn.

Để tăng hiệu quả học tiếng Hàn, nên hình thành một nhóm ít nhất từ 2-3 người cùng học với nhau.

Nên học từ những tiếng Hàn đơn giản thông qua những chương trình dành cho trẻ em trên tivi. Trong phòng nên dán những thẻ từ vựng mà trẻ em thường sử dụng khi học tiếng Hàn ở trường mầm non hoặc dán tên của những con vật, tên của những loài cá được vẽ thành tranh để giúp cho vợ nhanh chóng làm quen với những từ vựng tiếng Hàn.

2.3. 부인에 대한 가정생활 안내

 가정에서 베트남 부인을 잘 이끌어 행복한 가정을 만들어가는 것은 남편의 책임이다. 가정에서 남편은 한국말을 가르치는 선생님으로, 한국생활을 안내해주는 상담자로써의 역할을 잘 담당해야 한다. 결혼 초창기에 남편의 역할을 잘하면 잘 할수록 그 가정은 행복한 가정이 될 것이기 때문이다. 한국에서 가정생활에 대한 안내는 우선적으로 한국 예절에 대한 안내가 필요하다. 설문 조사 결과에 따르면 외국인이 한국생활에 가장 어려운 점은 '한국예절'이라고 한다. 때문에 가정생활에서의 안내는 예절에 대한 안내가 절대적으로 필요하다.
 부인은 한국생활에 대해서 잘 모르고 있기 때문에 하나씩 잘 설명하여 불편함이 없도록 안내를 해주어야 할 책임이 남편에게 있다.

2.4. 부인이 집안 식구들과 반목할 때의 태도

 부인이 집안 식구들과 사이가 좋지 않은 것은 1차적으로 남편의 책임이다. 남편이 부인에게 한국생활과 가정생활에 대한 길잡이 역할을 제대로 못하였기 때문이다. 부인은 한국어가 서투르기 때문에 어른에게 쓰는 존댓말을 잘 모른다. 이러한 말버릇이 잘못 전달되어 집안 식구들과의 사이가 나빠져서 불편한 관계가 형성되는 것이다. 이러한 경우에 남편은 다음과 같은 태도를 취하는 것이 바람직하다.
 남편은 우선적으로 부인의 입장에서 생각을 해보아야 한다. 부인이 문화적으로나 숫자적으로나 약세에 있기 때문이다. 집안 식구들과 반목하게 된 원인이 어디에 있는지를 명확하게 살펴보아야 한다.

2.3. Hướng dẫn cho vợ về sinh hoạt gia đình

Trách nhiệm của người chồng chính là dẫn dắt người vợ Việt Nam trong gia đình để có thể gầy dựng một gia đình hạnh phúc. Trong gia đình người chồng phải đảm nhận tốt vai trò như là một người thầy dạy tiếng Hàn, một người tư vấn hướng dẫn về sinh hoạt tại Hàn Quốc. Bởi vì trong giai đoạn đầu của hôn nhân nếu người chồng thực hiện tốt vai trò của mình bao nhiêu thì gia đình sẽ càng trở nên hạnh phúc bấy nhiêu. Những việc cần hướng dẫn liên quan đến sinh hoạt gia đình tại Hàn Quốc trước tiên rất cần sự hướng dẫn về lễ nghi ứng xử của Hàn Quốc. Theo như kết quả điều tra xã hội học thì sự khó khăn lớn nhất trong sinh hoạt tại Hàn Quốc đối với người nước ngoài đó chính là "lễ nghi ứng xử của Hàn Quốc" chính vì vậy việc hướng dẫn sinh hoạt gia đình thì rất cần những hướng dẫn về lễ nghi.

Bởi vì người vợ không hiểu rõ về sinh hoạt ở Hàn Quốc nên trách nhiệm của người chồng là cần giải thích rõ ràng cho vợ từng điều, cần hướng dẫn chi tiết để vợ không cảm thấy khó khăn, bất tiện.

2.4. Thái độ khi vợ có hiềm khích với những thành viên trong gia đình

Khi vợ không có quan hệ tốt đẹp với những thành viên trong gia đình thì đầu tiên đó là trách nhiệm do chồng. Bởi vì người chồng không thực hiện tốt vai trò hướng dẫn cho vợ về sinh hoạt tại Hàn Quốc và sinh hoạt gia đình. Vì vợ chưa thông thạo tiếng Hàn nên không biết sử dụng những kính ngữ cần nói với người lớn. Do những thói quen xấu trong lời nói bị truyền đạt sai ý dẫn đến mối quan hệ với các thành viên trong gia đình xấu đi từ đó hình thành những quan hệ khó chịu về nhau. Trong trường hợp này người chồng cần có thái độ ứng xử như sau:

Đầu tiên người chồng cần phải suy nghĩ theo lập trường của vợ. Bởi vì theo văn hóa hay theo số đông thì người vợ cũng vào thế yếu hơn. Người chồng cần xem xét một cách chính xác về nguyên nhân gây ra hiềm khích với các thành viên trong gia đình.

남편은 부인의 입장에서 상황을 파악한 후 집안 식구들에게 설명하고 이해를 구하는 것이 바람직하다.

부인과 이야기할 때 큰 목소리로 말하는 것은 피해야 한다. 베트남 여성들은 큰 목소리로 말하는 것에 대하여 불쾌감을 느끼기 때문이다.

남편도 베트남 문화에 대한 이해를 해야 한다. 상대방의 문화에 대한 이해가 없으면 가정에서 불화는 항상 발생할 수가 있기 때문이다. 베트남 문화에 대한 이해를 하고 나서 집안 식구들에게 이해를 시키는 것이 훨씬 효과적이다.

부인에 대한 비난이나 흉을 보는 행동은 절대 해서는 안 된다. 대신 잘하는 것이 있으면 항상 칭찬을 먼저 해주어서 한국생활에 자신감을 갖게 해주고 만족감을 갖게 해주어야 한다.

2.5. 부부간 생활습관 차이가 있을 때의 태도

베트남과 한국의 문화는 분명히 차이가 있다. 이를 깨닫지 못하고 무조건 한국문화만 따르라는 식의 태도는 매우 위험한 생각이다. 문화가 다르고 성장해온 과정이 다르기 때문에 당연히 부부간의 생활 습관에도 차이가 있기 마련이다. 이러한 생활 습관의 차이를 극복하는 것이 행복한 가정을 만들어 나가는 길이다.

남편은 베트남의 문화를 이해하고 인정해주려고 하는 노력을 해야 한다.

생활습관이 다른 점을 파악하고 시간적인 여유를 갖고 조용히 이야기를 나누면서 서로의 생각을 들어보는 시간을 갖는다.

부인이 종교 활동을 하고 싶다면 자유롭게 종교생활을 할 수 있도록 도와주는 것이 바람직하다.

베트남어로 된 한국 문화 소개책자를 구해 부인에게 읽어보도록 권한다.

남편이 술을 많이 먹거나 술에 취해 난폭한 행동을 해서는 안 된다.

Sau khi người chồng đã xem xét mọi tình huống theo lập trường của vợ, nên giải thích cho các thành viên trong gia đình để mọi người thông cảm cho vợ.

Khi nói chuyện với vợ nên tránh nói chuyện bằng giọng lớn. Bởi vì người phụ nữ Việt Nam sẽ cảm thấy khó chịu đối với việc nói chuyện lớn tiếng.

Người chồng cần hiểu rõ về văn hóa của Việt Nam. Bởi vì khi không có sự hiểu biết về văn hóa của đối phương thì luôn luôn có thể xảy ra những bất hòa trong gia đình. Sau khi hiểu biết về văn hóa của Việt Nam, người chồng nên hướng dẫn để các thành viên trong gia đình cũng hiểu về văn hóa của vợ thì sẽ tạo hiệu quả tốt hơn hẳn.

Tuyệt đối không nên có những hành động chỉ trích hoặc nói xấu vợ. Thay vào đó, nếu như vợ làm tốt việc gì thì người chồng nên có lời khen ngợi để giúp vợ có được sự tin và sự hài lòng đối với cuộc sống ở Hàn Quốc.

2.5. Thái độ khi có sự khác biệt về thói quen sinh hoạt giữa vợ và chồng

Văn hóa của Hàn Quốc và Việt Nam đương nhiên có sự khác biệt. Thái độ không thấu hiểu về điều này và ép buộc vợ phải đi theo văn hóa của Hàn Quốc là một suy nghĩ vô cùng nguy hiểm. Bởi vì văn hóa của hai bên khác biệt nhau và quá trình trưởng thành cũng khác biệt do đó đương nhiên trong thói quen sinh hoạt giữa vợ chồng cũng sẽ có sự khác biệt. Việc khắc phục sự khác biệt trong thói quen sinh hoạt như thế chính là con đường để xây dựng một gia đình hạnh phúc.

Người chồng cần nỗ lực để hiểu và nhìn nhận văn hóa của Việt Nam.

Nên tìm hiểu những điểm khác biệt trong thói quen sinh hoạt và dành thời gian để cả hai cùng trò chuyện và lắng nghe suy nghĩ của nhau.

Nếu như vợ muốn sinh hoạt tôn giáo thì người chồng nên giúp đỡ để người vợ có thể sinh hoạt tôn giáo tự do.

Tìm những sách hướng dẫn về văn hóa Hàn Quốc bằng tiếng Việt và khuyên vợ nên đọc những sách này.

Người chồng không nên uống rượu quá nhiều hoặc say rượu có những hành động bạo lực.

2.6. 부인에 대한 사회적인 차별이 있을 때의 태도

한국은 오랫동안 '단일민족' 의식을 가지고 살아와서 나이가 많은 사람일수록 외국인에 대한 거부감이 남아있는 편이다. 아이들도 한국말이 서툴면 학교에서 따돌림을 받을 수가 있다. 만약에 부인이 차별을 받는다면 이를 막아주는 것도 남편의 책임이다.

마을 사람들이나 이웃들과 친하게 지낼 수 있도록 만남의 자리를 만들어 준다.

짜조(Cha gio)나 퍼(쌀국수의 일종)와 같은 베트남 음식을 만들어 이웃 사람들을 초대해 같이 나누어 먹으며 서로 어울려 정을 나눌 수 있는 기회를 만들어 준다.

베트남 커피와 같은 베트남 특산물을 구해 이웃사람들에게 나누어 주고 정을 나누게 한다.

이웃사람들에게 먼저 상냥하게 '안녕하세요?' 인사를 하도록 부인에게 권하고, '감사합니다.'라는 말을 항상 잊지 않고 하도록 가르쳐 준다.

'아는 길도 물어서 가라'는 한국 속담이 있다. 자기가 잘 하는 것도 이웃 사람들에게 물어서 하면 사람들로부터 신뢰를 받게 되어 사회적인 차별을 받지 않게 될 것이다. 따라서 항상 주변 사람들에게 물어보는 습관을 갖도록 한다.

2.6. Thái độ ứng xử khi vợ bị phân biệt đối xử

Người Hàn Quốc vốn mang tư tưởng "đơn dân tộc" trong một thời gian dài cho nên những người càng lớn tuổi thì càng có tư tưởng bài trừ đối với người nước ngoài. Những đứa con nếu như không giỏi tiếng Hàn thì cũng có thể bị trêu chọc ở trường. Nếu người vợ bị phân biệt đối xử thì việc ngăn chặn điều này chính là trách nhiệm của người chồng.

Để vợ có thể sống chan hòa cùng với những người trong khu phố hoặc những người hàng xóm thì chồng cần tạo nên những buổi gặp mặt giữa hai bên.

Nên nấu những thức ăn Việt Nam như chả giò hoặc phở rồi mời những người hàng xóm đến cùng ăn với nhau và tạo cơ hội để có thể hòa hợp chia sẻ tình cảm.

Hoặc mua những đặc sản của Việt Nam như cà phê biếu cho những người hàng xóm để tạo tình cảm.

Khuyên vợ nên chủ động chào hỏi và cám ơn những người hàng xóm. Hàn Quốc có câu tục ngữ "dù là con đường đã biết rõ thì cũng nên hỏi rồi mới đi". Dù là một việc mình đã thông thạo nhưng nếu như hỏi những người hàng xóm và làm thì sẽ nhận được sự tin cậy từ những người đó và không bị những sự phân biệt xã hội. Vì thế nên tạo thói quen luôn luôn hỏi thăm những người xung quanh mình.

3. 부부간 의견대립시의 자세

3.1. 부부 사이에 지켜야 할 예절

　가정의 주인은 아내와 남편이다. 부부는 모든 인간관계의 핵이며, 가정과 사회의 기본 요소이다. 남편은 아내는 서로를 이해하고 다음과 같은 자세를 간직해야 한다.

　맞벌이 부부간에는 직장 때문에 가정에 불성실하거나 걱정하는 일이 생겨서는 안 된다.

　자기의 수입이라도 독단 처리하지 않고 공동 관리한다.

　배우자 앞에서 직장의 이성(異姓)에게 관심을 가지거나 칭찬을 하지 않아야 한다. 복장, 몸차림, 액세서리 등은 서로의 의견을 물어서 착용한다.

　통상 직무 외의 일로 회식, 모임 등에 참석할 때는 미리 배우자의 양해를 구한다. 배우자가 묻지 않아도 직장에서의 직무 외의 일은 자상하게 이야기한다. 서로의 직장 일에 상관하지 않으며 궁금하게 생각하지 않는다.

3. Ứng xử khi đối lập ý kiến giữa vợ chồng

3.1. Thái độ ứng xử cần phải gìn giữ trong quan hệ vợ chồng

Chủ nhân của gia đình chính là người chồng và người vợ. Vợ chồng là hạt nhân trong quan hệ con người, là nhân tố cơ bản của gia đình và xã hội. Người chồng và người vợ cần phải hiểu nhau và nên nhớ những ứng xử như sau:

- Giữa vợ chồng cùng đi làm thì không nên để vì công việc mà xuất hiện những sự việc thiếu quan tâm hoặc phải lo lắng về gia đình.

-Liên quan đến thu nhập của bản thân cũng không nên xử lý một cách độc đoán mà nên cùng nhau quản lý.

- Không nên quan tâm hoặc có lời khen ngợi về người khác giới ở nơi làm việc trước mặt vợ hoặc chồng của mình. Nên hỏi ý kiến của nhau về trang phục, phục sức, đồ trang sức,…

-Khi tham gia những buổi liên hoan, buổi họp mặt ngoài công việc ở cơ quan thì nên trao đổi trước với vợ hoặc chồng để nhận được sự thông cảm. Dù vợ hoặc chồng không hỏi thì cũng nên nói rõ ràng về những sự việc ngoài công việc ở cơ quan. Không nên can dự vào sự việc ở cơ quan của nhau.

3.2. 남편과 의견 대립시 해결방안

부부간에는 의견대립이 발생하지 않도록 서로의 예절을 지키는 것이 가장 좋은 방법이다.

부부간에 의견대립이 있을 경우에는 가장 빠른 시간 안에 문제를 해결해야 부부관계가 깨지지 않는다. 사이 좋은 부부관계를 유지하려면 다음과 같은 점에 유의하는 것이 좋다.

남편은 아내는 내 인생의 동반자 관계, 협력관계에 있다는 것을 전제하고 아내의 인격을 존중하고 애정을 쌓아가야 한다.

부부는 가족 공동체 문화의 주체로써 대화로 이끌어야 한다. 그러므로 상대를 배려하는 대화법, 의견 교류의 방법, 감정 표현 방법에 대해 연구하고 배워야 한다.

부부는 시댁과 처갓집에 대해 서로 자식된 도리를 다하고 공경의 뜻을 편견없이 행해야 한다.

부부는 가정 일을 분담하고 협력하여야 한다.

부부는 자신의 말투나 목소리를 점검해보고 감정이 담기지 않도록한다. 감정전달이나 표현에 오해의 소지가 없는지 늘 돌아보아야 한다.

부부간에 의견 대립이 지속 될 때에는 집안 어른에게 상황을 말씀드리고 자문을 구한다. 가까이에 마땅한 어른이 없을 경우에는 다문화가정지원센터에 지원을 요청하는 것도 좋은 방법이다.

3.2. Cách thức giải quyết khi đối lập ý kiến với chồng

Việc gìn giữ những ứng xử lịch sự với nhau là cách thức tốt nhất để quan hệ vợ chồng không phát sinh sự đối lập về ý kiến.

Khi phát sinh sự đối lập ý kiến giữa vợ và chồng thì trong thời gian ngắn nhất phải giải quyết vấn đề, có như vậy thì quan hệ vợ chồng mới không bị đổ vỡ. Nếu muốn duy trì quan hệ vợ chồng tốt đẹp thì nên lưu ý những điều như sau:

Người chồng cần phải nhớ rằng vợ chính là người đồng hành trong cuộc đời của mình và là mối quan hệ tương hỗ, cần phải tôn trọng nhân cách của vợ và vun đắp tình cảm với nhau.

Người vợ và người chồng chính là chủ thể của nền văn hóa cộng đồng là gia đình do đó cần phải trò chuyện và trao đổi với nhau. Vì thế cần phải tìm hiểu về cách đối thoại để có thể quan tâm đến người kia, cách giao lưu trao đổi ý kiến, cách thể hiện tình cảm.

Hai vợ chồng cần phải thực hiện hết đạo lý của người làm con đối với gia đình chồng và gia đình vợ, cần thể hiện sự tôn kính mà không thiên vị bên nào.

Hai vợ chồng nên phân chia công việc trong gia đình và hỗ trợ cho nhau.

Hai bên cần luôn xem lại lời nói và giọng nói của bản thân, thận trọng để không chứa đựng những cảm tính trong đó hoặc mầm mống gây nên hiểu lầm trong cách thể hiện.

Khi tình trạng bất đồng ý kiến giữa vợ chồng diễn ra liên tục, hai người nên kể rõ tình hình cho người lớn trong gia đình và xin lời khuyên. Trong trường hợp không có người lớn tuổi bên cạnh thì cách thức tốt nhất là đề nghị được hỗ trợ tại Trung tâm tư vấn gia đình đa văn hóa.

B. 사회생활

1. 교통수단 이용(버스, 전철, 택시)

한국에서 비행기, 기차, 고속버스를 이용할 때는 스마트 폰으로 예약이 가능하다. 스마트 폰으로 예약을 하고 취소를 할 정도가 되었다면 한국생활에 잘 적응하였다는 증거이다. 스마트 폰이나 인터넷으로 예약을 하려면, 은행에서 발급한 신용카드가 있어야 하고, 사용에 익숙하지 않으면 금전적인 손해를 발생할 수도 있기 때문에 한국생활에 익숙해질 때까지는 가급적 사용하지 않는 것이 바람직하다.

다음과 같은 사항을 알고 있으면 편리하다.

어린이 요금 적용은 만 6세~만 12세, 청소년 요금 적용은 만 13세~만 18세이다. 19세 이상이면 일반인 요금으로 지불해야 한다.

편의점 (GS 25, CU, 세븐일레븐, 미니스톱), 지하철 역에 있는 티머니 (T-Money) 서비스센터 (수도권 지하철 1~8호선, 인천지하철 1~2호선)에서 생년월일을 등록한 티머니 (T-Money) 카드는 별도의 할인등록 없이 지속적으로 할인 요금이 적용된다. 기타 판매소에서 구입한 티머니 (T-Money) 카드는 티머니 (T-Money) 서비스센터를 통해 생년월일 등록을 해야 어린이/ 청소년 요금이 적용되며, 미등록시에는 일반 요금으로 적용된다.

티머니 (T-Money) 카드는 지하철, 버스, 택시요금을 지불할 때도 사용가능 하기 때문에 구매해서 사용하면 편리하다.

은행에서 신용카드를 발급받을 수 있으면 은행에서 신용카드를 발급받을 때 지하철 등 교통요금을 지불할 수 있는 기능을 추가하면 별도로 티머니 (T-Money) 카드를 구입하지 않아도 된다.

B. Trong sinh hoạt xã hội

1. Sử dụng phương tiện giao thông (xe buýt, xe điện, taxi)

Ở Hàn Quốc khi sử dụng dịch vụ di chuyển như máy bay, xe lửa, xe buýt, cao tốc thì có thể đặt chỗ trước bằng điện thoại di động. Nếu có thể đặt chỗ trước hoặc hủy chỗ bằng điện thoại thông minh thì đó là minh chứng cho thấy người vợ Việt Nam đã thích nghi được với sinh hoạt tại Hàn Quốc. Nếu muốn đặt chỗ trước bằng điện thoại thông minh hoặc internet thì phải có thẻ tín dụng được cấp tại ngân hàng, nếu không quen với việc sử dụng này thì sẽ có thể xảy ra những sự cố thất thoát tiền bạc. Do đó không nên sử dụng khi chưa làm quen với sinh hoạt tại Hàn Quốc.

Nên biết những điều sau đây:

Trẻ em từ 6-12 tuổi, thanh thiếu niên từ 13-18 tuổi được áp dụng mức phí giao thông riêng. Nếu trên 19 tuổi sẽ phải trả mức phí bình thường.

Thẻ T-Money đã đăng ký ngày tháng năm sinh tại trung tâm dịch vụ T-money "tàu điện ngầm nội thành tuyến số 1 đến số 8, tàu điện ngầm Incheon tuyến số 1 đến số 2" tại các cửa hàng tiện ích (GS25, CU, Seven Eleven, Mini Stop), các trạm tàu điện ngầm được áp dụng mức phí giảm giá liên tục mà không cần đăng ký giảm giá riêng. Thẻ T-Money được mua tại các cửa hàng khác thì phải đăng ký ngày tháng năm sinh thông qua trung tâm dịch vụ T-Money mới có thể áp dụng mức phí dành cho trẻ em hoặc thanh thiếu niên, khi chưa đăng ký thì phải áp dụng mức phí thông thường.

Khi trả các chi phí của tàu điện ngầm, xe buýt, taxi thì có thể sử dụng thẻ T-Money, do đó sẽ tiện lợi hơn nếu bạn tìm mua và sử dụng thẻ này.

Nếu như ngân hàng đã cấp thẻ tín dụng và bổ sung thêm những chức năng để có thể thanh toán phí giao thông như tàu điện ngầm thì không cần mua thêm thẻ T-Money cũng được.

본인이 보유하지 않은 카드를 허위로 등록할 경우 발생하게 되는 모든 책임은 카드 등록자에게 있으며, 일반인이 어린이/청소년 카드를 사용하다 적발되면 관련법에 의거하여 해당 승차구간 운임과 그 30배의 부가 운임을 내야 한다.

2. 한국 돈과 가치

현행 한국은행에서 발행하고 있는 동전과 지폐는 다음과 같다.
-동전(6종류) : 1원, 5원, 10원, 50원, 100원, 500원
-지폐(4종류) : 1,000원, 5,000원, 10,000원, 50,000원

지폐에 그려진 인물로는 천 원권, 오천 원권, 만 원권, 오만 원권에 각각 이황, 이이, 세종대왕, 신사임당이 그려져 있으며, 50,000원짜리 지폐가 가장 큰 고액권이다. 동전에 새겨진 인물로 이순신 장군이 유일하다.

3. 신용카드와 신용카드 사용

금융기관에서 신용 카드를 발급받는 조건에는 크게 3가지가 있다. 먼저 직장에서 3개월 이상 근무하고, 월급을 3회 이상 수령하고, 신용등급이 6등급 이내이어야 한다. 회사에 다니지 않는 사업자의 경우는 사업자등록증 사본과 재산을 증명할 수 있는 서류가 필요하다. 금융권에 따라서 신용카드 발급 조건이 약간씩 차이가 나므로 신용카드를 발급받으려면 사전에 준비할 서류를 확인하는 것이 필요하다. 대개 신분증과 재직증명서가 있으면 신용카드를 발급받을 수 있다. 한국에서는 택시비를 포함하여 거의 모든 경우에 신용카드로 지불할 수 있기 때문에 신용카드를 사용하는 것이 편리하다. 하지만 신용카드 대금 지불이 제때에 이루어지지 않으면 연체 수수료이자율이 높기 때문에 주의를 하여야 한다.

Trường hợp phát sinh những sự cố làm thẻ giả thì mọi trách nhiệm đều thuộc về người đăng ký thẻ. Khi người bình thường bị phát hiện sử dụng thẻ của trẻ em hoặc thanh thiếu niên thì căn cứ theo luật pháp sẽ phải trả mức phí chênh lệch trong thời gian sử dụng phương tiện giao thông và phải trả khoản tiền phạt gấp 30 lần khoản tiền đó.

2. Giá trị của tiền Hàn Quốc

Tiền xu và tiền giấy đang được lưu hành tại ngân hàng Hàn Quốc gồm có.

-Đồng xu (6 loại): 1 won, 5 won, 10 won, 50 won, 100 won, 500 won

-Tiền giấy (4 loại): 1.000 won, 5.000 won, 10.000 won, 50.000 won

Những nhân vật được vẽ trên tiền giấy 1.000 won, 5.000 won, 10.000 won, 50.000 won theo thứ tự gồm có Lee Hwang, Lee Lee, vua Sejong, Thân Sứ Nhiệm Đường, mệnh giá 50.000 won là mệnh giá có giá trị cao nhất. Nhân vật được khắc ở trên đồng xu duy nhất chỉ có tướng quân Lee Soon Shin.

3. Thẻ tín dụng và sử dụng thẻ tín dụng

Có 3 điều kiện chính để được cấp thẻ tín dụng tại cơ quan tài chính. Trước hết là phải làm việc tại cơ quan trên 3 tháng, có nhận lương trên 3 lần, và cấp độ tín dụng thuộc về cấp 6. Trường hợp là chủ doanh nghiệp chứ không phải là nhân viên đi làm ở công ty thì cần có bản sao giấy phép đăng ký kinh doanh và hồ sơ có thể chứng minh được tài sản. Điều kiện cấp thẻ tín dụng sẽ có khác biệt đôi chút tùy thuộc vào chức năng tín dụng nhưng nếu như muốn được cấp thẻ tín dụng thì cần kiểm tra lại những hồ sơ phải chuẩn bị trước. Đa số trường hợp nếu như có chứng minh nhân dân và giấy chứng nhận đang làm việc thì có thể được cấp thẻ tín dụng. Tại Hàn Quốc bởi vì hầu như đa số trường hợp có thể thanh toán bằng thẻ tín dụng bao gồm cả phí taxi do đó việc sử dụng thẻ tín dụng sẽ rất tiện lợi. Tuy nhiên cần phải chú ý rằng nếu không trả tiền nợ thẻ tín dụng đúng thời hạn thì mức lãi suất do trễ hạn sẽ rất cao.

4. 통신수단 사용

통신수단의 발달로 국제전화도 무료로 사용할 수 있는 방법이 많다. 스마트 폰을 이용하여 카카오 톡(Kakao talk)을 설치하면 영상통화도 무료로 할 수 있다. 이러한 방법을 통하여 베트남에 있는 가족들과 전화비용에 대한 부담없이 무제한으로 소통할 수 있는 시대에 살고 있다. 카카오 톡의 기본 기능은 상대방에게 메시지, 사진, 음성, 동영상 등을 전송하는 데 있으며, 보이스톡을 통해 음성 통화가, 페이스 톡을 통해 영상통화가 가능한 것이 특징이다. 스마트 폰의 보급으로 공중전화가 사라지고 있다. 누구든지 스마트 폰을 가지고 다니기 때문이다.

5. 베트남으로 소포 부치기

베트남으로 소포를 부치는 2가지 방법이 있다.

첫째 방법은 우체국을 통해 부치는 것이다. 각 지역마다 우체국이 있다. 우체국 콜센터의 번호는 1588-1300이다. 우체국은 편지와 소포를 배송하는 기관이다. 소포를 부치러 우체국에 갈 때 인수자의 주소 및 배송자의 주소와 전화번호를 명확히 기재할 필요가 있다. 소포가 도착지에 잘 보내졌는지 확인하기 위해 배송 영수증을 꼭 잘 보관하여야 한다.

한국에서 베트남까지 부치는 소포는 국제소포이기 때문에 배송 주소와 인수 주소를 영어로 기재하여야 한다는 점을 유의해야 한다. 주소를 영어로 확실하게 기재할 수 없을 경우 실수가 나지 않도록 집에서 영어로 된 배송 인수자 주소와 전화번호를 미리 출력하고 우체국에 가서 소포에 부착 하기만 하면 된다. 소포를 비행기나 배로 부칠 수 있는 방법이 있다. 비행기로 부치면 배송기간이 빠르지만 요금이 비싼 반면 배로 부치면 배송기간이 느리지만 요금이 보다 싸다.

4. Sử dụng phương tiện liên lạc thông tin

Do sự phát triển của phương tiện liên lạc thông tin nên có rất nhiều cách thức có thể sử dụng điện thoại quốc tế miễn phí. Nếu sử dụng điện thoại thông minh có cài đặt Kakao talk thì có thể trò chuyện trực tuyến miễn phí. Chúng ta đang sống trong thời đại mà thông qua những cách thức như thế này có thể trò chuyện với những người thân trong gia ở Việt Nam mà không cảm thấy gánh nặng về chi phí gọi điện thoại và không bị hạn chế. Chức năng cơ bản của Kakao talk gồm có gửi tin nhắn, hình ảnh, âm thanh, video clip… voice talk dùng để trò chuyện bằng âm thanh, face talk dùng để trò chuyện nhìn thấy gương mặt của nhau. Bởi sự phổ cập của điện thoại thông minh mà điện thoại công cộng đang dần biến mất. Bởi vì bất cứ ai cũng có thể mang theo điện thoại thông minh bên mình.

5. Gửi bưu phẩm về Việt Nam

Có 2 cách để gửi bưu phẩm về Việt Nam :

Cách 1: Gửi qua bưu điện. Mỗi khu vực bạn sống đều có Bưu điện. Tổng đài đại diện là 1588-1300. Bưu điện là nơi cùng lúc nhận chuyển và phát thư từ, bưu phẩm. Khi đến bưu điện gửi bưu phẩm bạn cần ghi rõ địa chỉ người nhận (nơi gửi tới) và địa chỉ, số điện thoại của người gửi. Nhất định phải giữ lại hóa đơn để sau này xác nhận bưu phẩm đã đến nơi hay chưa.

Cần phải lưu ý rằng vì gửi bưu phẩm về Việt Nam từ Hàn Quốc là bưu phẩm quốc tế nên bắt buộc phải ghi cả địa chỉ nơi gửi và nơi nhận bằng tiếng Anh. Nếu bạn không chắc chắn về việc viết tiếng Anh của mình thì nên chuẩn bị in sẵn địa chỉ, số điện thoại của nơi nhận và nơi gửi bằng tiếng Anh từ nhà , đến bưu điện chỉ cần dán vào bưu phẩm để tránh sai sót. Khi gửi hàng qua bưu điện có thể chọn gửi bằng máy bay hoặc gửi bằng tàu. Gửi bằng máy bay thì nhanh nhưng chi phí cao, còn gửi bằng tàu thì chậm hơn, nhưng chi phí rẻ hơn.

둘째 방법은 속달 우편으로 보내는 방법이다. 현지에 있는 속달우편 서비스센터에 연락하면 직원이 배송자의 집이나 정해진 장소에 찾아가서 우편물을 받고 배달할 것이다. 급하게 보낼 경우 속달 우편 서비스를 활용할 수 있는데 이러한 서비스는 보통 일반 택배보다 배로 비싸고 배달 거리에 따라 요금이 높아질 수 있다.

베트남으로 어떤 방법으로 소포를 보내도 소포 봉투에다가 인수자, 배송자의 주소와 전화번호를 영어로 명확히 기재하여야 하며, 소포가 인수자에게 잘 보내졌는지 확인하기 위해 배송 영수증을 꼭 잘 보관하여야 한다.

6. 은행계좌를 만들고 베트남으로 현금을 송금하는 방법

은행을 통해 베트남으로 돈을 부치려면 은행계좌를 만들어야 한다. 은행에 따라 필수 서류가 달라질 수 있지만 외국인등록증 또는 여권을 은행에 가져 간다면 된다. 계좌를 만들 때 현금 자동 인출기 (ATM)에서 출금하려면 현금 인출 카드를 만들 필요가 있다. 이 카드를 만든 후 은행원을 통하지 않고 현금 자동 인출기 (ATM)에서 직접 출금할 수 있다.

베트남으로 돈을 부치려면 수령인의 계좌정보를 알아야 하기 때문에 베트남에 있는 수령인에게 계좌를 만들고 수령인의 계좌번호와 이름을 제공하라고 수령인에게 요청해야 한다. 이는 베트남의 모든 은행에서 손쉽게 할 수 있는 일이라서 송금을 안전하게 하도록 수령인에게 계좌를 만들라고 할 필요가 있다. 수령인이 개인 계좌가 없거나 혹은 송금 요금을 아까워해서 남에게 송금을 부탁하면 위험할 수 있다.

Cách 2: Gửi qua dịch vụ chuyển phát và dịch vụ chuyển phát nhanh.

Có thể liên lạc với cơ sở dịch vụ chuyển phát nơi sinh sống, nhân viên sẽ đến tận nhà hoặc địa điểm bạn mong muốn để nhận hàng mang đi. Nếu cần chuyển gấp có thể yêu cầu dịch vụ chuyển phát nhanh nhưng dịch vụ này thường có giá cao gấp đôi dịch vụ chuyển phát và tùy theo quãng đường mà giá trị dịch vụ có thể còn tăng thêm.

Dù chuyển bưu phẩm về Việt Nam theo hình thức nào thì cũng phải ghi rõ địa chỉ, điện thoại của người nhận, người gửi bằng tiếng Anh trên phong bì bưu phẩm và nhất định phải giữ lại hóa đơn gửi hàng để theo dõi việc bưu phẩm đã đến với người nhận hay chưa.

6. Lập tài khoản ngân hàng và cách gửi tiền về Việt Nam

Để chuyển tiền về Việt Nam qua ngân hàng cần lập tài khoản ngân hàng. Tùy theo ngân hàng mà các giấy tờ yêu cầu có thể khác nhau nhưng thông thường cần cầm theo thẻ đăng ký người nước ngoài hoặc hộ chiếu đến ngân hàng. Khi lập tài khoản nếu muốn rút tiền mặt qua máy rút tiền (ATM) thì cần đăng ký làm thẻ rút tiền mặt. Khi có thẻ này có thể rút tiền trực tiếp từ máy rút tiền tự động (ATM) mà không cần qua nhân viên ngân hàng.

Để chuyển tiền về Việt Nam, còn cần có tài khoản mang tên người nhận tiền do đó cần yêu cầu người nhận tiền ở Việt Nam lập tài khoản và báo cho bạn biết số tài khoản cùng họ tên của người nhận tiền. Việc này hiện nay cũng rất dễ thực hiện tại tất cả các ngân hàng của Việt Nam nên bạn nên yêu cầu người nhận tiền lập tài khoản để việc chuyển và nhận tiền an toàn. Nếu người nhận không có tài khoản hoặc bạn tiếc phí chuyển khoản mà nhờ người khác chuyển tiền giúp thì dễ gặp rủi ro.

7. 병원 및 약국 이용

한국에서는 약국을 이용하려면 반드시 의사의 처방전이 있어야 약국에서 약을 살 수가 있다. 일반 슈퍼마켓이나 편의점에서 의사의 처방전 없이도 살 수 있는 약은 비타민, 영양제, 피로회복제, 소화제, 감기약, 진통제와 같은 일반의약품에 한한다. 주말에 병원에 가야 할 때는 병원 응급실로 가야 한다. 주말에는 병원에서 일반진료를 하지 않기 때문이다.

병원에 입원을 하게 될 경우 신분증을 소지하고 평소에 먹는 약이 있으면 약을 가져가는 것이 편리하다. 먹고 있는 약의 이름을 알고 가면 치료에 효과적이기 때문이다. 수술을 하게 될 경우에는 반드시 보호자가 함께 가야 한다.

화재나 응급환자가 발생하였을 반드시 알고 있어야 할 전화번호는 119번이다. 그런 경우 전화를 걸어 상황을 설명하고 위치를 정확히 알려주어야 구급차 또는 소방차가 빠른 시간에 도착할 수 있다.

7. Sử dụng dịch vụ bệnh viện và nhà thuốc

Nếu muốn sử dụng dịch vụ nhà thuốc ở Hàn Quốc thì nhất định phải có toa thuốc của bác sĩ mới có thể mua thuốc ở nhà thuốc tây. Những thuốc có thể mua tại siêu thị hoặc cửa hàng tiện ích thông thường mà không cần kê toa của bác sĩ gồm có những loại dược phẩm thông thường như vitamin, thuốc bổ, thuốc phục hồi cơn mệt mỏi, thuốc tiêu hóa, thuốc cảm, thuốc giảm đau. Khi phải đi đến bệnh viện vào cuối tuần thì phải vào phòng cấp cứu của bệnh viện. Bởi vì vào cuối tuần ở bệnh viện không nhận khám chữa bệnh theo hình thức bình thường.

Khi phải nhập viện, thì sẽ hữu ích hơn nếu như có mang theo chứng minh nhân dân và mang theo loại thuốc mình đang uống thường ngày. Bởi vì chữa trị sẽ hiệu quả hơn nếu như bác sĩ biết được tên của loại thuốc mình đang sử dụng. Trong trường hợp phải phẫu thuật, nhất định phải có người bảo hộ đi cùng.

Cần phải biết số điện thoại 119 khi phát sinh hỏa hoạn hoặc có người cần cấp cứu. Khi đó phải gọi điện thoại giải thích rõ tình hình và cho biết chính xác vị trí thì xe cấp cứu hoặc xe cứu hỏa có thể đến trong thời gian nhanh nhất.

유의점

1. 한국의 베트남 결혼이민여성들에게 언어, 문화와 생활방식이 낯선 곳에서 가정을 이루는 것은 일대 시련이다. 사회 적응과 통합의 성패는 신부를 비롯한 당사자들의 이해, 의식 그리고 행복을 추구하기 위해 시련에 맞서고 어려움을 극복해내는 결심에 달려 있다. 따라서 한국 결혼이민을 선택하는 베트남 신부들이 이러한 시련에 대해 명확하고 깊은 인식을 가져 합당하고 세밀하게 준비하도록 해야 한다.

2. 출국하기 전에 결혼등록증, 신랑의 여권과 사증 정보, 전화번호 그리고 한국 시댁의 주소 등 국제결혼과 관련된 정보를 세밀하게 검토할 필요가 있다. 이러한 서류는 복사해서 베트남에서 보관하며 여벌의 복사본도 필요하다.

3. 필요할 경우에 연락할 수 있는 한국에 있는 지인의 전화번호와 주소를 기재하거나 외워 놓으면 좋고, 베트남 가족들에게 이런 연락처를 알려 줄 필요가 있다.

4. 한국의 다문화가족지원센터 다누리 콜센터 1577-1366을 외우고 문의하면 더 자세한 사항을 안내받을 수 있다.

5. 신부가 자기의 여권번호와 외국인등록증 번호를 외우거나 휴대전화 혹은 노트에다가 저장하는 것이 좋다. 그리고 자기의 여권과 외국인등록증을 꼭 보관하고 남편하고 시댁 식구들에게 맡기면 안 된다.

Ghi nhớ

1. Xây dựng hạnh phúc gia đình ở một nơi xa lạ khác biệt về ngôn ngữ, văn hóa và lối sống v.v... là một thử thách to lớn với những phụ nữ Việt quyết định kết hôn di trú tại Hàn Quốc. Sự thích nghi và hội nhập thành công hay thất bại phụ thuộc vào hiểu biết, ý thức và quyết tâm đương đầu với thử thách, vượt khó để kiếm tìm hạnh phúc của cả hai phía, đặc biệt là với cô dâu. Vì vậy khi đã quyết định lựa chọn kết hôn di trú tại Hàn Quốc, các cô dâu Việt cần nhận thức rõ ràng và sâu sắc về thử thách này để có sự chuẩn bị phù hợp và kỹ càng.

2. Trước khi xuất ngoại bạn cần kiểm tra kỹ những giấy tờ thông tin liên quan đến việc kết hôn quốc tế của bản thân như giấy đăng ký kết hôn, thông tin hộ chiếu, visa, số điện thoại của chồng, địa chỉ của nhà chồng ở Hàn Quốc v.v... Những giấy tờ hay thông tin này cần được sao chụp lưu giữ tại Việt Nam, đồng thời luôn mang theo.

3. Hãy ghi chép hoặc ghi nhớ số điện thoại hoặc địa chỉ của người quen ở Hàn Quốc để liên lạc khi cần, đồng thời báo cho gia đình ở Việt Nam biết các số liên lạc đó.

4. Hãy nhớ số điện thoại của Tổng đài điện thoại Trung tâm tư vấn và cơ quan hỗ trợ dành cho phụ nữ kết hôn di trú ở Hàn Quốc Tổng đài điện thoại Danuri 1577-1366 để liên lạc khi cần giúp đỡ.

5. Cô dâu nên thuộc lòng hoặc ghi nhớ số hộ chiếu và số thẻ đăng ký người nước ngoài của bạn vào điện thoại hay sổ tay của mình, đồng thời phải luôn giữ hộ chiếu và thẻ đăng ký này, không nên giao cho người khác giữ hộ kể cả chồng và người của gia đình chồng.

6. 남편, 시댁 식구 혹은 누구나 서명하거나 지장을 찍으라고 문서를 줄 때 신부가 언어 불통으로 인해 내용을 잘 모른다면 무조건 들어주면 안 된다. 그런 문서를 결혼이민여성지원센터에 가져가서 서명하기 전에 번역을 통해 내용을 세밀하게 검토하는 것이 좋은 방법이다. 이렇게 하지 않는다면 속임을 당해 내용을 잘 모르는 문서에 서명함으로 손해를 입을 수도 있을 것이다.

7. 다른 사람이 자기 이름으로 은행계좌 만들기, 휴대전화 등록, 의료보험증 신청 등을 절대로 허락하면 안 된다. 왜냐하면 어떤 사건이 발생할 때 자기 이름을 빌려 준 사람이 모든 책임을 져야 하기 때문이다.

8. 베트남 신부가 한국에 오래 살았던 동향인을 무조건 과신하면 안 되고 모든 정보를 검토할 필요가 있다. 현지에 있는 결혼이민여성지원센터에서 상담을 받고 안내해 준대로 따라 하는 것이 가장 좋은 방법이다.

9. 가족에서의 마찰이나 어려움을 겪을 때 자기 생각대로 집을 떠나지 말고 결혼이민여성지원센터에서의 도움을 구해 문제를 해결하는 것이 좋은 방법이다. 쉽게 포기하지 말고 용기를 내어 문화적 이질성과 장벽을 이겨내며 행복을 추구하는 것이 좋다.

6. Khi chồng, người nhà trong gia đình chồng hoặc bất kỳ ai đưa giấy tờ bắt ký hay in dấu vân tay mà cô dâu không biết nội dung gì do chưa thành thạo ngoại ngữ thì tuyệt đối không nghe. Cô dâu nên yêu cầu đưa các giấy tờ đó đến Trung tâm hỗ trợ dành cho phụ nữ di trú để tìm hiểu kỹ các nội dung thông qua phiên dịch đáng tin cậy trước khi ký vì có thể cô dâu sẽ bị mất đi các quyền lợi khi bị lừa ký vào giấy tờ không rõ nội dung.

7. Cô dâu tuyệt đối không cho người khác mượn tên làm tài khoản ngân hàng, đăng ký số điện thoại, làm thẻ bảo hiểm sức khỏe v.v... vì khi xảy ra sự cố người đứng tên phải chịu mọi trách nhiệm.

8. Cô dâu Việt không nên quá tin vào những đồng hương sống lâu năm tại Hàn Quốc một cách vô điều kiện mà cần kiểm tra thông tin. Tốt nhất là nên hỏi thông tin và theo các hướng dẫn của Trung tâm tư vấn và hỗ trợ cho phụ nữ di trú gần nơi bạn sinh sống.

9. Khi gặp mâu thuẫn hay khó khăn trong gia đình, cô dâu không nên tự bỏ nhà ra đi mà nên đến Trung tâm tư vấn và cơ quan hỗ trợ phụ nữ di trú để cố gắng giải quyết. Bạn không nên bỏ mặc hoặc dễ dàng buông xuôi mà cần dũng cảm đấu tranh, vượt qua các khác biệt, các trở ngại tìm kiếm và xây dựng hạnh phúc cho bản thân và gia đình của bạn.

3 부

베트남 신부의
한국 사회 심층적 통합 단계에 대한 길잡이

PHẦN 3

GIAI ĐOẠN HỘI NHẬP SÂU HƠN VÀO XÃ HỘI HÀN QUỐC CỦA CÔ DÂU VIỆT

I. 부인의 임신 및 출산

1. 한-베 다문화 혼인의 출산에 대한 중요성

한국과 베트남 사회에서 아이를 낳는 것을 중요시하며 가정을 이루는 데에 자연스러운 일이라고 본다. 남편과 부인의 혈통을 동시에 가진 아이가 태어난 것은 결혼 후 한 가정을 이뤄 가는 데에 중요한 일이다. 아이의 존재 자체가 부부 사이 물론, 친가와 외가간 관계를 위한 안정성을 형성시키는 것이다. 다문화 혼인에 있어 한국인이 혈통을 아주 중요시해서 태어난 아이가 부부 사이 뿐만 아닌 베트남 신부와 시댁 식구들간 거리감 및 차이점을 단축시키는 사명을 가지고 있다. 이런 거리감과 차이점은 원래 중개를 통한 다문화 혼인의 연결성에 대한 단점이었다.

현대 생활의 많은 압력 때문에 한국 사회의 출산율이 감소해지고 있는데도 한국인들이 아이를 낳는 것과 손자, 손녀 존재의 기쁨을 덜 중요 시하는 것이 아니다. 다문화 결혼을 선택한 한국 남편과 시댁 식구들이 가장 기대하는 것 중에 아이를 낳아 주며 가족들을 잘 돌봐 주는 사람이다. 이는 그들의 형편으로 한국 여성하고 실천하기가 참 어려운 일이다. 그러므로 베트남 신부들이 한-베 다문화가정을 이루기로 결정할 때 이러한 기대에 응답해 주는 것을 잘 이해하며 인식하는 것이 좋다. 다행히 이러한 부분에 대해 한국 문화와 베트남 문화간에 공통점이 있어서 대부분 베트남 신부들이 아이를 낳을 의지를 가지고 있다.

그러나 베트남 신부들이 한국에 가서 새 생활에 익숙해지며 체질적·심리적 준비가 잘 되어야만 아이를 기진다면 훨씬 더 좋을 것이다. 한국에 가기 전과 한국 사회에 적응할 준비가 잘 안 되는 상태에 아이를 너무 일찍 가진다면 큰 어려움을 겪을 수 있다.

I. Ứng xử khi người vợ có thai và sinh con

1. Tầm quan trọng của việc sinh con trong hôn nhân đa văn hóa Hàn-Việt

Xã hội Hàn Quốc và Việt Nam đều xem trọng việc sinh con và đều xem đó là lẽ tự nhiên khi xây dựng gia đình. Sự ra đời của đứa con mang dòng máu của hai người luôn được xem là một dấu mốc quan trọng, đánh dấu sự hoàn chỉnh của một gia đình sau khi kết hôn. Sự tồn tại của đứa trẻ tạo ra ổn định không chỉ cho quan hệ hai vợ chồng và còn là cho quan hệ của cả hai gia đình nội- ngoại. Với hôn nhân đa văn hóa thì vì người Hàn rất xem trọng máu mủ ruột rà nên đứa trẻ sinh ra còn mang thêm sứ mệnh rút ngắn và giảm thiểu khoảng cách xa lạ và khác biệt giữa hai vợ chồng cũng như giữa cô dâu Việt với các thành viên của gia đình chồng - vốn là điểm yếu của sự cố kết trong hôn nhân môi giới đa văn hóa.

Do nhiều áp lực của đời sống hiện đại, tỷ lệ sinh con của xã hội Hàn đang suy giảm nhưng không phải vì thế người Hàn hiện nay không còn coi trọng việc sinh con và niềm vui có con cháu xum họp đủ đầy trong gia đình. Có thể nói rằng, một trong những kỳ vọng quan trọng nhất của người chồng Hàn Quốc và gia đình chồng khi quyết định kết hôn đa văn hóa là muốn có một người sinh con cái cho họ và chăm sóc gia đình chu đáo - điều mà trong điều kiện của mình họ khó có thể thực hiện được với đối tượng trong nước. Vì vậy, các cô dâu Việt cần hiểu rõ và ý thức về việc đáp ứng kỳ vọng này khi quyết định xây dựng gia đình đa văn hóa Hàn-Việt. May mắn là ở phương diện này văn hóa Hàn và văn hóa Việt tương hợp nên đa số cô dâu Việt đều sẵn sàng sinh con.

Tuy nhiên lời khuyên tốt cho các cô dâu Việt là chỉ nên có con sau khi đã tới Hàn Quốc, đã làm quen được với cuộc sống mới và có sự chuẩn bị chu đáo về tâm sinh lý cũng như các điều kiện sống khác. Nếu có con quá sớm, ngay khi chưa sang Hàn Quốc, chưa kịp chuẩn bị thì sự hội nhập sẽ rất khó khăn.

2. 임신과 출산

2.1. 부인의 마음가짐

임산부는 사소한 것 하나도 태아에게 영향이 갈 수 있어서 조심해야 한다. 음식과 약을 먹는 것은 바로 태아에게 영향을 줄 수 있기 때문에 특별히 조심하지 않으면 안 된다. 임신초기에 머리 염색을 하는 것도 삼가야 한다. 염색과 파마 모두가 태아에게 위험한 것이다. 염색 약은 화학제품이기 때문에 흡수가 빠른 두피에 직접적으로 닿을 경우 태아에게 영향이 갈 수밖에 없기 때문이다. 임신초기에는 더욱 주의해야 하고 임신 후에는 체질이 달라지는 경우도 종종 있어 염색 약으로 인한 접촉성 피부염도 신경을 써야 한다. 임신과 출생을 앞두고 임산부가 주의해야 할 부분은 다음과 같다.

격렬한 운동을 피해야 한다. 임신초기에는 임신을 한 것인지를 잘 모르는 경우가 있어 몸이 전과 달리 이상한 느낌을 갖게 되면 임신을 확인하기 위하여 병원을 찾는 것이 좋다. 가벼운 산책이나 스트레칭을 통해 건강한 태아로 성장하도록 해야 한다.

유산균, 비타민제 등으로 부실한 영양소를 보충한다. 임신 중에는 입덧 증상으로 음식을 골고루 먹지 못하기 때문에 영양제를 통하여 영양을 보충해 주어야 한다. 임신기간 중에는 피해야 할 음식들이 있으니 약이나 음식은 의사와 반드시 상담하고 먹는 것이 가장 바람직하다.

메스꺼운 반응을 보이는 음식 냄새나 상황을 체크해야 하며 가능하면 그런 음식을 피한다. 가능하면 임신부의 공복이 되지 않도록 음식을 조금씩 자주 먹는다. 주위에 크래커나 신선한 과일 등의 간식을 항상 준비해놓는다. 평소 수분을 많이 섭취 한다. 구토로 인한 수분 보충을 위해 우유, 수프, 과즙, 보리차, 신선한 과일을 많이 먹는다. 심할 때는 레몬이나 식초, 드레싱 등 신맛이 나는 음식을 먹는다.

2. Mang thai và sinh con

2.1 Những điều người vợ cần nhớ

Phụ nữ đang mang thai cần phải cẩn thận dù là những sự việc nhỏ nhất cũng có thể ảnh hưởng thai nhi. Bởi vì việc ăn thức ăn và uống thuốc sẽ tác động trực tiếp đến thai nhi nên cần phải cẩn thận tuyệt đối. Cũng phải hạn chế việc nhuộm tóc trong thời kỳ đầu của thai kỳ. Việc nhuộm tóc và uốn tóc đều rất nguy hiểm cho thai nhi. Bởi vì thuốc nhuộm tóc là sản phẩm hóa học cho nên trong trường hợp tiếp xúc trực tiếp với da dầu là nơi rất dễ thẩm thấu thì sẽ ảnh hưởng rất nguy hại đến thai nhi. Trong thời kỳ đầu của thai kỳ cần phải chú ý nhiều hơn và giai đoạn sau của thai kỳ cơ thể cũng dần dần thay đổi do đó cần phải chú ý đến bệnh viêm da do tiếp xúc với thuốc nhuộm tóc.

Những điều sản phụ cần chú ý khi mang thai và trước khi sinh gồm có:

Cần tránh vận động nặng. Có những trường hợp không biết mình mang thai trong giai đoạn đầu của thai kỳ cho nên khi thấy cơ thể có biểu hiện khác lạ so với trước đây thì nên đến bệnh viện để kiểm tra xem có mang thai không. Để thai nhi có thể phát triển khỏe mạnh, có thể áp dụng việc đi bộ nhẹ hoặc vận động nhẹ.

Nên bổ sung các chất dinh dưỡng bị thiếu hụt bằng vitamin. Bởi vì thai phụ không thể ăn thoải mái mọi thức ăn do những triệu chứng ốm nghén khi mang thai do đó phải bổ sung chất dinh dưỡng thông qua các thuốc bổ. Vì có những thức ăn cần phải tránh trong thời kỳ mang thai do đó nên tư vấn với bác sĩ về thuốc hoặc thức ăn rồi mới sử dụng.

Nên kiểm tra mùi của thức ăn hoặc những tình huống có thể tạo nên phản ứng buồn nôn và nếu có thể nên tránh những thức ăn đó. Để bụng thai phụ không bị trống thì nên ăn từng chút thức ăn. Luôn chuẩn bị sẵn những thức ăn nhẹ ở xung quanh như bánh quy giòn hoặc trái cây tươi. Uống nhiều nước trong ngày. Để bổ sung thêm lượng nước thất thoát do việc nôn ói thì nên uống sữa, nước soup, nước trái cây, trà lúa mạch, trái cây tươi. Khi triệu

사우나는 하지 않는 것이 좋다. 사우나를 하면 체온이 올라가며 이때 양수의 온도도 함께 올라가게 되어 태아에게 좋지 않은 영향을 미친다.

장거리 비행을 피하는 것이 좋다. 임신초기에는 태아가 불안정한 상태이므로 비행기내에서 장시간 같은 자세로 앉아있는 것은 태아에게 좋지 않은 영향을 미친다.

임신을 하게 되면 카페인 성분이 있는 음식은 피해야 한다. 익지 않은 생선이나 고기류도 피한다. 방사선 촬영, 몸에 조이는 옷 착용 금지, 술이나 담배 금지, 차가운 성질의 음식은 피해야 한다.

저녁에는 비스킷, 쿠키, 토스트 등 탄수화물이 풍부한 식품을 먹는다. 탄수 화물이 풍부한 음식을 먹으면 아미노산의 일종인 트립토판(Tryptophan) 성분이 뇌로 흡수되어 긴장이 완화된다.

chứng ốm nghén nặng hơn thì nên uống những thức uống có vị chua như nước chanh, nước cam...

Không nên đi tắm ở phòng xông hơi. Khi xông hơi thì nhiệt độ của cơ thể sẽ tăng cùng với nhiệt độ của nước do đó sẽ ảnh hưởng không tốt với thai nhi.

Cần tránh việc đi máy bay trong thời gian dài. Trong giai đoạn đầu của thai kỳ, đây là trạng thái mà thai nhi bất an nhất do đó việc ngồi ở cùng một tư thế trong thời gian dài trong máy bay sẽ ảnh hưởng không tốt đến thai nhi.

Khi mang thai cần tránh những thức ăn có chứa cafein. Cũng tránh cả các loại thức ăn như cá hoặc thịt chưa nấu chín. Cấm chụp X-quang, không được mặc quần áo bó sát người, không uống rượu hoặc hút thuốc, phải tránh những thức ăn lạnh bụng.

Ăn những thực phẩm giàu tinh bột vào buổi tối như bánh qui, bánh tây, bánh mì nướng... Khi ăn những thức ăn giàu tinh bột thì thành phần Trytophan là một loại Amino axit sẽ được hấp thu vào não làm giảm sự căng thẳng.

2.2. 남편의 마음가짐

결혼을 하면 하나의 가족이 되는 것이고 아이를 낳으면 하나의 완벽한 육아 가족이 되는 것이다. 부인이 아기를 갖게 되면 가정에서 남편의 책임도 커진다. 임산부는 평소와 달리 성격이 예민해지고 식성도 까다로워진다. 모든 행동과 음식을 조심해야 되고, 어떤 약이던지 약은 반드시 의사와 상의 후 복용해야 한다. 임산부와 태아를 돌보기 위한 부부의 공동노력으로 건강한 아이를 출산할 수 있다.

집안에서 부인이 하던 일을 많이 거들어서 임산부가 체력적으로 피곤하지 않도록 집안일을 담당해야 한다. 가벼운 음악과 함께 산책을 통하여 적당한 운동을 할 수 있도록 배려를 한다.

수시로 먹고 싶은 음식을 물어보고 먹고 싶은 음식을 선별하여 사다가 먹도록 해줌으로서 임산부가 영양이 부족하지 않도록 한다.

부인이 임신을 하게 되면 남편도 술이나 담배를 금하여 담배 연기가 부인에게 영향을 미치지 않도록 한다.

집안 식구들과의 의견 충돌로 부인이 스트레스를 받지 않도록 중간에서 역할을 잘 하여야 한다.

2.2. Những điều người chồng cần lưu ý

Khi kết hôn thì vợ chồng trở thành một gia đình và khi nuôi con thì trở thành một gia đình hoàn chỉnh cùng nhau nuôi dạy con cái. Khi người phụ nữ có con thì trách nhiệm của người chồng trong gia đình cũng lớn hơn. Thai phụ sẽ thường nhạy cảm và có thói quen ăn uống khó hơn so với ngày thường. Cần phải chú ý nhất cử nhất động và các thức ăn ăn vào, bất kỳ loại thuốc nào cũng phải hỏi ý kiến của bác sĩ rồi mới được uống. Cần có sự nỗ lực chăm sóc sản phụ và thai nhi của cả hai vợ chồng thì mới có thể sinh ra được đứa bé khỏe mạnh.

Người chồng cần phải đảm nhận những công việc nhà mà người vợ thường làm hằng ngày để cho thai phụ không bị mệt mỏi về thể chất. Cần quan tâm để vợ có thể để vợ có thể vận động nhẹ nhàng thông qua việc đi dạo và nghe nhạc nhẹ.

Chồng nên hỏi vợ những thức ăn vợ muốn ăn và sau khi chọn lọc những loại thức ăn vợ thích ăn thì nên mua để sẵn, có như vậy thì thai phụ mới không bị thiếu chất dinh dưỡng.

Khi người phụ nữ mang thai người chồng không được uống rượu hoặc hút thuốc và không để khói thuốc lá ảnh hưởng đến thai phụ.

Để thai phụ không bị stress do những sự bất đồng ý kiến với thành viên trong gia đình thì người chồng cần phải đảm nhiệm tốt vai trò trung gian.

2.3. 출산 후 해야 할 일

출생신고

자녀의 출생신고는 자녀 출산 후 30일 이내에 해야 한다. 만약 이 기간 내 출생신고를 못하면 과태료를 내야 한다. 출생신고는 거주지 주민자치센터에서 한다. 제출서류는 다음과 같다.
- 출생증명서(출산 병원서 발급해 준다)
- 부·모의 신분증
- 부·모의 혼인관계증명서
- 출생신고서(주민자치센터에 양식이 있다)
- 자녀 장려금 지원

출산을 장려하고 저소득 가구의 자녀양육비를 지원하기 위해 2015년부터 총소득 4,000만 원 미만이면서 부양자녀(18세 미만)가 있는 경우 자녀장려금을 지급하는 제도이다. 자녀장려금은 부양자녀(18세미만) 1명당 최대 50만원을 지급하는 제도이다.

출산 전후 휴가

산모와 아이를 보호하기 위하여 출산 전후로 90일의 휴가를 사용할 수 있다. 이 중 45일은 반드시 출산 후에 사용하는 것이 원칙이다. 한 번에 둘 이상의 자녀를 임신하는 쌍둥이나 그 이상의 경우에는 기존의 90일 휴가가 아닌 12일의 휴가가 주어지며, 출산 후 보장되던 45일 휴가도 60일로 연장된다.

2.3. Những điều cần biết khi sinh con

Thông báo sinh

Việc khai sinh cho con phải được thực hiện trong vòng 30 ngày sau khi đứa trẻ ra đời. Nếu không đăng ký khai sinh trong thời gian này sẽ bị nộp phạt trễ hạn. Việc đăng ký khai sinh được tiến hành tại Trung tâm tự trị nhân dân tại địa phương cư trú. Hồ sơ đăng ký khai sinh gồm có:

• Giấy chứng sinh (do bệnh viện nơi sinh con cấp)

• Chứng minh nhân dân của bố và mẹ

• Giấy hôn thú của bố mẹ

• Giấy khai báo sinh con (mẫu giấy khai báo được cung cấp tại Trung tâm tự trị nhân dân)

• Trợ cấp cho trẻ con

Nhằm khuyến khích việc sinh con và hỗ trợ chi phí nuôi con của những gia đình có thu nhập thấp, từ năm 2015 chính phủ ban hành chế độ trợ cấp khuyến khích sinh con đối với trường hợp tổng thu nhập nằm trong khoảng 40 triệu won và có con cái phụ thuộc chưa đầy 18 tuổi

Chế độ nghỉ trước và sau khi sinh con

Nhằm bảo vệ bà mẹ và trẻ em, trong giai đoạn trước và sau khi sinh con, người mẹ có thể sử dụng 90 ngày nghỉ phép. Trong đó nguyên tắc là phải sử dụng 45 ngày nghỉ sau khi sinh con. Trường hợp người mẹ mang thai đôi hoặc hơn trong một lần mang thai thì được cộng thêm 12 ngày nghỉ phép vào 90 ngày theo chế độ thường, sau khi sinh thời gian nghỉ từ 45 ngày được kéo dài thành 60 ngày.

남편도 육아휴직을 신청할 수 있으므로 신청 자격조건을 확인하여 휴직을 신청하는 것도 좋은 방법이다. 대상은 만 8세 이하 또는 초등학교 2학년 이하의 자녀를 둔 모든 남녀근로자는 육아휴직을 사용할 수 있다. 자녀가 만 8세 이하 또는 초등학교 2학년 이하인 기간 내에 육아휴직을 시작하면 이후에는 자녀가 나이나 학년 기준을 넘어서도 무관하다.

육아 휴직기간은 최대 1년이며, 자녀 1명 당 1년 휴직을 쓸 수 있기 때문에 자녀가 2명이면 각각 1년 씩 2년 사용할 수 있다. 부모가 모두 근로자이면 한 자녀에 대해 아빠도 1년, 엄마도 1년 사용할 수 있다. 최대 1년 기간을 1회에 한해 분할하여 두 번으로 나누어 사용할 수도 있다.

육아휴직을 원하는 근로자는 휴직 개시 예정일의 30일 전까지 사업주에게 육아휴직 신청서를 제출해야 한다. 신청서에는 육아휴직 대상인 영유아의 성명, 생년월일, 휴직개시 예정일, 육아휴직을 종료하려는 날, 육아 휴직 신청 연월일, 신청인 등에 대한 사항을 적어야 한다.

근로자가 육아휴직을 신청할 경우 사업주는 이를 허용해야 한다. 다만 사업 주는 육아휴직을 시작하려는 날의 전날까지 해당 사업장에서 근로자가 계속 근로한 기간이 1년 미만인 경우와 동일한 아이에 대해 근로자의 배우자가 육아휴직 중인 경우 육아휴직 신청을 거부할 수 있다.

Người chồng có thể đăng ký nghỉ ở nhà để chăm sóc do đó nên kiểm tra những điều kiện để đăng ký và sau đó đăng ký nghỉ ở nhà, đây là một cách rất hay. Tất cả những người lao động là nam và nữ thuộc đối tượng có con dưới 8 tuổi hoặc có con dưới lớp 2 của cấp tiểu học thì có thể xin nghỉ ở nhà để nuôi dạy con. Khi bắt đầu nghỉ ở nhà để chăm sóc còn trong thời gian con còn dưới 8 tuổi hoặc dưới lớp 2 của cấp học tiểu học thì sau đó tuổi của con cái có vượt quá hoặc con học lên lớp lớn hơn thì cũng không vấn đề gì.

Thời gian nghỉ phép để chăm sóc con tối đa là 1 năm bởi vì có thể sử dụng chế độ nghỉ phép 1 năm/ 1 con do đó nếu như có 2 con thì có thể được hưởng 2 năm nghỉ ở nhà. Nếu cả bố mẹ đều là người lao động thì người bố có thể được hưởng chế độ 1 năm, người mẹ cũng được hưởng chế độ 1 năm trên 1 con. Thời gian nghỉ tối đa là 1 năm và cũng có thể chia làm hai lần để hưởng chế độ nghỉ thay vì nghỉ suốt trong một lần.

Người lao động muốn nghỉ phép để chăm con thì phải nộp hồ sơ đăng ký nghỉ phép để nuôi con cho chủ doanh nghiệp trước ngày dự định nghỉ phép là 30 ngày. Trong đơn đăng ký cần phải ghi rõ các nội dung như họ tên, ngày tháng năm sinh của đứa trẻ mà mình đăng ký nghỉ phép để chăm sóc, ngày dự định bắt đầu nghỉ phép, ngày dự định kết thúc nghỉ phép để chăm sóc con, ngày tháng năm đăng ký nghỉ phép chăm con, tên của người đăng ký v.v…

Khi người lao động đăng ký nghỉ phép để chăm con thì chủ doanh nghiệp phải đồng ý về điều này. Tuy nhiên chủ doanh nghiệp cũng có thể từ chối việc đăng ký nghỉ phép chăm sóc con trong trường hợp khoảng thời gian mà người lao động liên tục làm việc tại công ty chưa tròn được một năm tính đến ngày dự định bắt đầu nghỉ phép chăm sóc con, và trường hợp vợ hoặc chồng của người lao động cũng đang trong thời gian nghỉ phép để chăm sóc con tính trên cùng một con.

3. 출산 후의 생활 및 행동요령

출산은 여성의 건강과 생리에 대한 큰 변동이라 산부를 위한 출산 후 체질적 건강과 심리적 건강을 돌보는 것은 신경을 써야 하는 일이다.

3.1. 출산 후 산부 건강관리

나라마다 출산 후 산부 건강관리 방법이 달라질 수 있지만 첫째 달에 산부의 몸을 차가운 바람과 찬 물에 닿지 않도록 지켜야 한다는 원칙이 있다. 생식기와 젖가슴을 깨끗하게 유지해야 된다. 조용한 공간에서 휴식을 취하며 적당한 운동을 하는 것이 좋다. 많은 사람들하고 만나거나 시끄러운 장소를 피해야 한다.

베트남 민간요법에 따라 산부가 출산하기 3개월 전에 생강, 양강근과 강황 뿌리를 담갔던 술에 부드러운 수건을 적셔 첫째 달에 차가운 물로 씻지 못한 산부의 몸을 닦아 몸을 따뜻하게 해 주며 임신 기간 중 쌓였던 각질을 제거해서 피부를 회생시켜 준다.

한국의 각 지방에서 결혼이민여성을 출산 후 지원을 하는 단체가 많다. 전국에 있는 다문화가정지원센터에서의 도움을 받을 수 있다. 또한 출산 후 돌봐 주는 친어머니나 시어머니가 없을 경우 출산 후 지원센터의 서비스를 활용할 수 있다. 이러한 서비스를 활용하기 전에 요금을 미리 알아보는 것이 좋다.

출산 후 건강관리는 여성의 건강에 영향을 직접 미치는 중요한 과정이다. 그래서 출산 후 어머니와 아내의 역할을 잘 수행하기 위해 충분한 준비를 해서 휴식과 심리적 안정을 취하는 가장 좋은 건강관리 방법을 찾아낼 필요가 있다.

3. Sinh hoạt và ứng xử trong thời kỳ sau sinh

Sinh con là một biến động lớn đối với sức khỏe và sinh lý của người phụ nữ nên chăm sóc sức khỏe cơ thể và tâm lý cho người mẹ sau sinh là một công việc quan trọng cần được chú ý thực hiện:

3.1. Chăm sóc cơ thể sản phụ sau sinh

Mỗi nước có cách chăm sóc sản phụ sau sinh khác nhau nhưng đều giữ nguyên tắc trong tháng đầu tiên sản phụ cần giữ ấm cơ thể tránh gió lạnh, tránh tiếp xúc nhiều với nước lạnh. Giữ vệ sinh sạch sẽ cơ quan sinh dục, bầu sữa. Nghỉ ngơi và vận động phù hợp trong không gian yên tĩnh. Tránh giao tiếp nhiều và sinh hoạt ồn ào.

Kinh nghiệm dân gian tốt cho sản phụ Việt Nam là dùng khăn mềm thấm hỗn hợp rượu trắng ngâm củ gừng, củ riềng và củ nghệ xay (hỗn hợp đã được ngâm trước khi sinh 3 tháng) lau người mỗi sáng suốt tháng đầu tiên khi sản phụ chưa thể tắm trực tiếp nước lạnh để giữ cơ thể sạch, an toàn và tẩy tế bào chết của thời kỳ mang thai, giúp da sáng mịn trở lại.

Ở nhiều địa phương Hàn Quốc hiện nay đã có các tổ chức giúp đỡ sau sinh cho phụ nữ kết hôn di trú. Bạn có thể nhận được sự giúp đỡ này thông qua các Trung tâm hỗ trợ gia đình đa văn hóa có mặt trên toàn quốc. Ngoài ra nếu không có người thân mẹ ruột hay mẹ chồng chăm sóc thời kỳ hậu sản thì bạn có thể đăng ký dịch vụ hỗ trợ tại các Trung tâm hậu sản. Tuy nhiên bạn cần xác nhận rõ giá cả trước khi sử dụng vì có nhiều chi phí phát sinh.

Chăm sóc cơ thể sau sinh là quá trình quan trọng vì nó trực tiếp ảnh hưởng đến sức khỏe của người phụ nữ sau này. Vì vậy bạn cần chủ động chuẩn bị kỹ, tìm cho mình phương pháp săn sóc thích hợp nhất, nghỉ ngơi đầy đủ, cân bằng tâm sinh lý để có thể đảm trách được vai trò làm mẹ làm vợ tốt nhất sau khi sinh con.

3.2. 출산 후 식사관리

출산 후 산부의 식사 제도가 건강에 영향을 미치는 물론 신생아에게 가장 중요한 영양이므로 아기에게 영향을 주는 것이다.

임신과 출산을 거친 산부의 몸에서 배출시켜야 하는 폐기물이 많으며 태아에게 영양분을 공급해 주었기 때문에 미량원소가 부족하고 동시에 출산을 거쳐야 하기에 식사관리를 잘 해야 된다.

나라마다 출산 후 산부를 위한 전통 음식이 따로 있는데, 한국에는 쇠고기 미역국이 있다. 베트남에는 돼지고기조림, 돼지발톱과 어린 빠빠야 국, 돼지고기와 채소를 끓인 국 등이 있다. 반찬은 산부의 입맛에 맞춰서 되는데 요리가 잘 되며 뜨겁고 영양분이 많으면서 기름진 반찬이 아니라면 된다는 원칙이 있다.

산부의 건강 상태와 산부가 먹는 음식은 모유에 영향을 주는 것이다. 그러므로 모유를 잘 나오게 하는 음식을 먹고, 신선하지 않은 식품을 피해야 하며 출산 후 건강 회복과 좋은 모유를 위한 비타민과 영양분을 충분히 보충할 필요가 있다. 모유를 내고 변비를 피하도록 물을 많이 마시고 편식을 한다면 영양분이 부족해지고 반대로 과식을 한다면 비만해지게 될 것이다. 식사관리를 잘 하고 적당한 운동을 하면 건강과 몸매를 회복시킬 수 있다.

3.2. Ăn uống sau khi sinh

Chế độ ăn uống sau khi sinh của sản phụ không chỉ trực tiếp tác động đến sức khỏe sản phụ mà còn tác động em bé vì sữa mẹ là nguồn dinh dưỡng quan trọng bậc nhất đối với trẻ sơ sinh.

Cơ thể sản phụ trải qua một thời kỳ mang thai và sinh con có nhiều chất cặn bã cần đào thải, có nhiều vi lượng chất thiếu hụt vì phải tái tạo và nuôi dưỡng bào thai đồng thời cũng yếu ớt vì trải qua việc sinh nở do đó cần phải được chăm sóc kỹ lưỡng qua việc ăn uống.

Mỗi quốc gia có các món ăn truyền thống dành cho sản phụ sau sinh như ở Hàn Quốc là món canh rong biển nấu nhừ với thịt bò. Còn ở Việt Nam là cơm nóng với các loại thịt nạc ram mặn, canh đu đủ xanh hầm với móng giò heo, canh rau ngót nấu thịt nạc v.v... Món ăn thì tùy khẩu vị nhưng cần đảm bảo nguyên tắc ăn chín, ăn nóng, không nhiều mỡ, đủ dinh dưỡng.

Sức khỏe của người mẹ và các thức ăn người mẹ ăn đều tác động đến sữa mẹ cho con bú. Vì vậy cần chú trọng ăn thức ăn lợi sữa, tránh thực phẩm không tươi và cần bổ sung đủ vitamin và vi lượng chất cho sự hồi phục của cơ thể sau sinh cũng như tốt cho chất lượng sữa mẹ. Nên chú ý uống đủ nước để tạo sữa và tránh táo bón không nên kiêng khem quá mức sẽ dễ bị thiếu dinh dưỡng, đồng thời cũng không nên ăn uống quá nhiều gây béo phì sau sinh. Cần kết hợp chế độ ăn uống với vận động phù hợp để lấy lại sức khỏe và vóc dáng sau khi sinh con để trở lại tốt nhất với cuộc sống mới.

3.3. 부인의 출산 후 남편에 대한 행동요령

베트남 사람들은 출산 후 여성에게 많은 배려를 해 준다. 따라서 남편은 물론 부모와 식구들도 출산 후 여성을 특별하게 체질적, 정신적으로 배려해 주어야 한다. 그러므로 베트남에서는 부유한 집이던 형편이 어려운 집이던 불문하고 가정의 새 구성원이 된 여성들은 가족들로부터 배려, 사랑과 감사한 마음을 받게 된다. 남성을 중요시하는 한국 사회에서는 베트남인만큼 산부를 아껴 주며 돌봐 주는 인식이 부족함으로 많은 베트남 신부들이 외로움을 느끼고 심지어 이 문제로 인해 우울증에 걸린 사람도 있다.

그러므로, 베트남 여성과 결혼한 남성은 출산 후 부인을 최대한 돌보려고 하는 마음과 필요한 조건을 준비하도록 문화적인 차이점에 유의할 필요가 있다. 부인을 돌보는 데에 있어서 가족들에게 공감과 지원을 얻기 위해 그들에게 문화적인 차이에 대해 미리 설명해 주어야 한다. 부인을 돌보기 위한 물질적 준비도 필요하고 부인이 허전하고 자신에 대한 연민을 느끼지 않게 많은 관심과 배려를 해야 한다.

3.3. Ứng xử của người chồng trong thời gian vợ mới sinh

Người Việt rất quan tâm đến sản phụ sau sinh. Chồng cũng như cha mẹ, anh chị em đều cho rằng thời gian sau khi sinh người sản phụ cần phải được chăm sóc đặc biệt cả về vật chất lẫn tinh thần. Do đó tuyệt đại đa số phụ nữ Việt dù gia cảnh giàu hay nghèo thì đều được người thân ưu tiên chăm sóc, nâng niu và dành cho họ tất cả sự yêu thương và lòng biết ơn vì đã tạo ra một thành viên mới cho gia đình. Trong xã hội trọng nam của Hàn Quốc, điều đó có thể sẽ khác vì người chồng và gia đình chồng không có tâm thức nâng niu chăm sóc sản phụ như người Việt, nhiều cô dâu Việt đã thấy rất tủi thân, hụt hẫng và thậm chí trầm cảm vì điều này.

Do đó nếu bạn đã lấy vợ người Việt thì bạn cần chú ý đến sự khác biệt văn hóa để chuẩn bị tâm lý và điều kiện chăm sóc vợ tốt nhất sau khi sinh. Bạn nên nói rõ sự khác biệt văn hóa để người thân cảm thông giúp đỡ hỗ trợ chăm sóc. Bạn cũng nên chuẩn bị kỹ các điều kiện vật chất để thuận lợi cho việc chăm sóc vợ đồng thời nên giữ thái độ quan tâm, ân cần để vợ không bị hụt hẫng, tủi thân.

II. 문화가 다른 부모의 자녀 교육

1. 한-베 다문화가정의 아이를 위한 문화균형교육

1.1. 문화균형교육이란?

　문화균형교육이란 다문화가정에서의 자녀들에게 아버지의 문화와 어머니의 문화를 균형감 있게 수용하는 분위기를 조성하는 것이다. 이 균형은 무조건 서로 동일하게 하는 것이 아니라 어려움을 감소시키고 젊은이들의 사회 통합 능력을 강화하는 독특성 있고 합당한 균형이다.

1.2. 한-베 다문화가정에서의 자녀를 위한 문화균형교육의 이익 및 실천방법

　- 한국 문화는 교육의 주요 환경이므로 언어, 문화, 풍습, 예절 등의 모든 내용은 한국에 자란 다문화가정 아이들에게 당연히 수용될 내용이다. 그러나 이런 아이들에게 어머니의 문화를 존중하는 것을 가르쳐 주며 한국의 풍습과 습관에 대비하는 베트남의 전통적인 풍습과 습관을 이해시켜야 한다는 것을 잊으면 안 된다.

　- 특히 어릴 때부터 자녀에게 한국어와 베트남어를 동시에 교육해야 한다. 자녀들이 한국어와 베트남어에 능통한 것이 한-베 다문화가정 아이들에게만 있는 독특하며 유리한 점이다. 이는 미래에 아이들의 취업 방향과 든든한 사회적 위치를 모색하기 위한 강한 경쟁력이기도 한다. 베트남어를 할 줄 알고 베트남 문화를 이해하는 아이들은 부모와 부모의 친가와 외가간 튼튼한 교량이 되어 다문화가정의 연결성과 화합성이 약하다는 결점을 감소시키는 데에 기여할 것이다.

II. Giáo dục con cái trong điều kiện cha mẹ khác biệt văn hóa

1. Giáo dục cân bằng văn hóa cho trẻ em trong gia đình đa văn hóa Hàn-Việt

1.1. Giáo dục cân bằng văn hóa là gì?

Giáo dục cân bằng văn hóa là việc tạo ra một sự tiếp nhận cân bằng cả văn hóa của cha và văn hóa của mẹ cho con cái trong gia đình đa văn hóa. Sự cân bằng ở đây không có nghĩa là sự cào bằng bằng nhau mà đó là sự cân bằng hợp lý, tạo được một sự khác biệt, một thế mạnh độc đáo để giảm thiểu khó khăn, tăng sức mạnh hội nhập trong tương lai cho thế hệ trẻ này.

1.2. Những lợi ích và cách thức thực hiện giáo dục cân bằng văn hóa cho trẻ em gia đình đa văn hóa Hàn-Việt:

Văn hóa Hàn Quốc là môi trường chính của giáo dục do đó mọi nội dung ngôn ngữ, văn hóa, phong tục, lễ nghi v.v... đều là nội dung tiếp nhận đương nhiên của những trẻ em thuộc gia đình đa văn hóa lớn lên tại Hàn Quốc. Tuy vậy không được quên giáo dục các em sự tôn trọng văn hóa Việt của mẹ, luôn luôn cho các em sự học hỏi về cội nguồn Việt Nam, về phong tục tập quán Việt Nam trong sự liên hệ so sánh với phong tục tập quán của Hàn Quốc.

Đặc biệt nên dạy song ngữ Hàn-Việt cho con ngay từ ấu thơ. Nếu con có thể nói được thành thạo 2 thứ tiếng Hàn và tiếng Việt thì đó là lợi thế đặc biệt, độc đáo của con cái gia đình đa văn hóa Hàn-Việt. Đó cũng chính là lợi thế cạnh tranh mạnh mẽ để tìm kiếm một định hướng công ăn việc làm, chỗ đứng xã hội vững chắc cho con cái trong tương lai. Khi con cái nói được tiếng Việt, hiểu được văn hóa Việt con cái sẽ trở thành cầu nối gắn kết vững chắc cho cha mẹ cho gia đình hai bên nội-ngoại, góp phần giảm thiểu được những yếu điểm thiếu gắn kết, thiếu tương hợp vốn có của loại gia đình này.

자녀들의 베트남어 학습에 있어 어머니의 역할이 매우 중요하다. 아이가 말하기를 배웠을 때부터 한국어는 물론 베트남어도 동시에 말하게 하는 것이 좋다. 아이가 커지면 한국어·베트남어 교재를 구하면서 교사를 모셔야 한다. 언어와 더불어 베트남 음식, 옛날 이야기를 통해 베트남 문화를 가르쳐 주고, 한국과 베트남의 풍습, 습관에 대한 공통점과 차이점을 비교해 줄 필요가 있다.

양국의 문화에 대한 지식이 어린 아이들의 인식과 마음 속에 축적되어진다면 보다 다양한 문화를 창조하며 경쟁력을 강화하면서 아이들은 물론 한-베 다문화가정에 대한 통합의 미래를 위해 사회적 편견을 감소시킬 수 있을 것이다. 그 외에 한-베 문화균형교육을 통해 아이들의 마음에 한-베 문화에 대한 균형을 이뤄 아이들을 자기 다문화 근원의 열등감을 이겨내게 하며 학교생활 또는 사회생활 속에서의 차별을 넘어갈 수 있는 자신감이 생기게 해 주어야 한다. 이는 부모와 친가, 외가 할아버지와 할머니가 타 문화권에 있는데도 아이들이 방향을 정하기에 당황하며 열등감이나 갈등을 겪지 않게 해주어야 행복을 누릴 수 있을 것이다.

다문화가정의 자녀들에게 문화균형교육을 실시할 수 있는 가장 중요한 여건은 이러한 문제에 대한 할아버지, 할머니와 부모의 바람직한 인식이다. 바람직한 인식은 아이들의 인생과 미래를 위한 문화간 균형교육의 커다란 유익함으로부터 시작되어야 한다.

Trong việc học tiếng Việt đó thì vai trò của người mẹ rất quan trọng. Ngay từ khi con tập nói mẹ đã luôn tập cho con nói tiếng Việt song song với tiếng Hàn. Khi con lớn hơn, cần tìm sách và thầy dạy con song ngữ Việt-Hàn. Cùng với ngôn ngữ là việc dạy văn hóa qua ẩm thực (mẹ nấu và cho con ăn các món ăn Việt, kể chuyện cổ tích Việt Nam khi con biết truyện cổ tích Hàn, luôn cho con sự so sánh giống khác nhau giữa phong tục, tập quán Hàn Quốc và Việt Nam).

Nếu hai nền văn hóa được nuôi dưỡng, thấm đượm trong tri thức và tâm hồn của con trẻ sẽ tạo nên một gia tài văn hóa đa dạng hơn, tạo nên một giá trị cạnh tranh, giảm thiểu sự kỳ thị xã hội cho tương lai hội nhập không chỉ cho con cái mà còn cho cả gia đình đa văn hóa Hàn-Việt. Hơn nữa, việc giáo dục cân bằng văn hóa Hàn-Việt còn tạo ra một sự cân bằng trong tâm hồn và tâm thức đứa trẻ, giúp con vượt qua được mặc cảm tự ti về nguồn gốc đa văn hóa của mình và do đó tự tin hơn để đối mặt với sự kỳ thị trong quá trình sinh hoạt học tập phổ thông hay sinh hoạt xã hội. Điều đó đem lại hạnh phúc vô giá cho con vì chúng không phải hoang mang, mặc cảm, giằng xé lựa chọn định hướng trong một điều kiện sống mà ông bà nội ngoại và cha mẹ thuộc các nền văn hóa khác nhau.

Điều kiện quan trọng nhất để thực hiện được sự giáo dục cân bằng văn hóa cho con cái trong gia đình đa văn hóa chính là nhận thức đúng của cha mẹ ông bà về vấn đề này. Các nhận thức đúng đều nên bắt đầu từ lợi ích to lớn và sâu sắc của việc giáo dục cân bằng văn hóa đối với cuộc đời và tương lai của đứa trẻ.

다문화가정은 문화적 차이점으로 인한 장벽과 약점이 존재함에도 이를 활용을 잘 한다면 단일문화 가정에서는 가질 수 없는 장점이 될 수 있다. 가장 효율적으로 활용하며 실천 가능성이 많은 것은 자녀에게 한-베 언어를 교육하며 양국의 문화를 이해시켜 주는 것이다. 이를 잘 활용하지 못한다는 것은 다문화가정이 힘을 입어 사회 통합을 이룰 수 있는 장점과 귀한 기회를 놓친 것이나 다름없다.

그러므로 다문화가정의 부모들이 가정과 자녀들의 사회 통합 내력을 만들어내기 위해 인식과 행동을 변화할 필요가 있다. 이를 위해 이러한 유익함을 알리는 것은 다문화가정지원센터 및 사회정책으로부터 힘있게 실행되어 한국 내 한-베 다문화가정의 자녀들에게 문화간 균형교육을 촉진 해야 한다.

2. 어머니/아내의 자세

자녀에게 베트남의 문화와 베트남어를 적극적으로 가르치려는 마음을 갖는다.

베트남의 어린이 놀이를 자녀들 친구들과 함께 재미있게 즐길 수 있도록 소개해 준다.

베트남의 위대한 인물들을 소개해주고 나라를 사랑하는 마음을 갖도록 교육한다.

자녀들이 한국어능력 부족으로 학교에 가기를 거부하지 않도록 어머니가 한국어를 잘하는 것이 매우 중요하다.

Gia đình đa văn hóa có những bất lợi và yếu điểm do khác biệt văn hóa nhưng nếu biết tận dụng thì đó lại chính là một lợi thế mà gia đình đơn văn hóa không dễ có. Điều có thể tận dụng hữu hiệu và khả thi nhất chính là việc giáo dục song ngữ Hàn-Việt và hiểu biết song văn hóa cho con cái. Nếu không tận dụng được điều này là đã bỏ lỡ một lợi thế, một cơ hội quý giúp cho tế bào gia đình đa văn hóa được trở nên mạnh mẽ và hội nhập tốt hơn.

Chính vì vậy, các bậc phụ huynh trong gia đình đa văn hóa nên có sự thay đổi về nhận thức và hành động để tạo ra sức mạnh hội nhập cho gia đình và con cái của mình. Muốn vậy, việc tuyên truyền các lợi ích này cần được thúc đẩy mạnh mẽ từ các Trung tâm tư vấn hỗ trợ gia đình đa văn hóa, từ các chính sách xã hội nhằm thúc đẩy việc giáo dục cân bằng văn hóa cho con em trong gia đình đa văn hóa Hàn-Việt tại Hàn Quốc.

2. Thái độ của người mẹ/ người vợ

Cần có tinh thần tích cực dạy dỗ văn hóa Việt Nam và tiếng Việt cho con.

Hướng dẫn để con có thể vui chơi những trò chơi dành cho trẻ con của Việt Nam cùng với bạn bè của mình.

Giới thiệu về những nhân vật vĩ đại của Việt Nam và dạy con có tấm lòng yêu đất nước.

Người mẹ giỏi tiếng Hàn là một yếu tố rất quan trọng để tránh được trường hợp các con không chịu đi đến trường do thiếu kém về năng lực tiếng Hàn.

3. 아버지/남편의 자세

　부인이 자녀에게 베트남의 문화와 베트남어를 적극적으로 가르치려는 마음을 갖도록 용기를 북돋아 주고 칭찬을 해준다.

　자녀들에게 다른 아이들이 못하는 베트남어를 할 수 있다는 자부심을 갖도록 해준다.

　자녀에 앞서 베트남의 역사와 베트남의 위대한 인물들을 이해하고 베트남도 어머니의 나라로써 베트남을 사랑하는 마음을 갖도록 교육한다.

　어머니가 한국어가 서툴러 다른 한국의 어머니들만큼 자녀 교육을 충분히 도와주지 못하는 점을 고려하여 자녀교육에 보다 적극적인 관심을 기울여야 한다.

　만약 자녀가 한국어능력 부족 등으로 일반 학교에서 학업을 지속하기 어려운 경우가 발생할 경우에는 전적으로 아버지인 자신의 책임임을 깨달아야 한다.

　자녀들이 학교에 다니기 시작하면 담임선생님을 만나 자녀교육에 대한 상담을 정기적으로 할 필요가 있다.

　자녀들이 학교에서 돌아오면 숙제가 있는지 물어보고 그 결과를 확인 해서 학교에 보낸다.

　담당선생님에게 미리 이야기하여 숙제나 준비물을 메모하여 학부모에게 전달할 수 있도록 한다. 이는 어머니/부인이 한국말이 서툴러 챙기지 못하는 것을 아버지/남편이 챙겨주어야 하기 때문이다.

3. Thái độ của người cha/ người chồng

Người chồng cần tiếp thêm dũng khí và ngợi khen để vợ có được tấm lòng muốn dạy dỗ tích cực về văn hóa Việt Nam và tiếng Việt cho con cái.

Cần dạy cho con cái có được lòng tự hào để có thể nói được tiếng Việt vốn là ngôn ngữ mà những đứa trẻ khác không nói được.

Giáo dục để các con hiểu về những nhân vật vĩ đại của Việt Nam và lịch sử Việt Nam, cho con có tấm lòng yêu đất nước Việt Nam vì Việt Nam cũng là đất nước của mẹ mình.

Phải lưu ý về việc người mẹ không thể hỗ trợ đầy đủ trong việc giáo dục con cái như những bà mẹ Hàn Quốc khác do thiếu vốn tiếng Hàn vì vậy người chồng phải quan tâm tích cực hơn trong việc giáo dục con cái.

Khi phát sinh trường hợp con cái không thể tiếp tục theo học ở trường học bình thường do thiếu khả năng tiếng Hàn thì cần phải nhìn nhận toàn bộ trách nhiệm của bản thân với vai trò là một người cha.

Khi con cái bắt đầu đi học, người cha nên gặp giáo viên chủ nhiệm và nên trao đổi thường xuyên về việc giáo dục con cái cùng giáo viên.

Khi con đi học từ trường về, người bố cần hỏi thăm xem con có bài tập hay không, kiểm tra kết quả đó rồi gửi đến trường.

Dặn dò trước với giáo viên chủ nhiệm để giáo viên ghi chú lại bài tập và những vật dụng cần chuẩn bị rồi gửi lại cho phụ huynh. Bởi vì người cha/ người chồng cần phải quan tâm những sự việc mà vợ không thể vun vén được do thiếu khả năng tiếng Hàn.

4. 다문화가정의 자녀교육

만약 자녀가 한국어능력 부족 등으로 일반 학교에서 학업을 지속하기 어려운 경우에는 외국인학교에 입학시키는 방법도 고려할 필요가 있다. 현재 운영중인 외국인학교는 총 42교로, 서울 19교, 경기 7교, 부산 5교, 인천 2교, 경남 2교, 대구 2교, 대전·광주·울산·강원·전북 각 1교가 있다.

외국인 학교의 입학자격은 다음과 같다.

- 부모 모두 또는 부모 중 1인이 외국인인 경우.
- 외국에서 3년 이상 거주한 내국인.
- 한국어 능력이 현저히 부족하여 수업을 따라가지 못하는 학생.
- 문화적인 차이로 인하여 학교 부적응의 문제가 발생한 학생.
- 그밖에 해당학교에서 학업을 지속하기 어려운 학생.

외국인 학교의 입학전형

입학전형은 학교별로 실시하고 일반적으로 연중 지원 가능하다. 입학에 필요한 서류도 학교별로 차이가 있으나, 일반적으로 출입국사실증명서, 여권, 건강기록부, 이전 학교의 재학증명서, 성적증명서, 해당국의 공인어학시험 성적 등을 요구한다.

외국교육기관 및 외국인학교 종합안내 홈페이지

▶ https://www.isi.go.kr

다문화가정의 자녀교육과 관련된 기관은 다음과 같다.

4. Việc học tập phổ thông cho trẻ ở các trường

Trường hợp nếu như con khó khăn trong việc tiếp tục theo học tại trường thông thường do thiếu khả năng tiếng Hàn thì cần xem xét cách thức cho con nhập học ở trường nước ngoài. Những trường nước ngoài đang hoạt động hiện tại có tổng cộng 42 trường, Seoul 19 trường, Geonggy 7 trường, Busan 5 trường, Incheon 2 trường, Keong Nam 2 trường, Dae Gu 2 trường, Dae Jeon, Gwang Ju, Ulsan, Kang Won, Jeon Buk mỗi nơi một trường.

Điều kiện nhập học của trường dành cho người nước ngoài như sau.

- Cả bố mẹ hoặc một trong hai người là người nước ngoài
- Là người trong nước đã cư trú ở nước ngoài trên 3 năm
- Học sinh không thể theo được việc học do khả năng tiếng Hàn quá thấp
- Học sinh gặp vấn đề về việc thích nghi ở trường học do sự khác biệt về văn hóa
- Học sinh khó tiếp tục theo học tại trường hiện tại

Việc nhập học ở trường dành cho người nước ngoài

Mỗi trường đều có chương trình tuyển sinh nhập học và có thể đăng ký nhập học cho con tại thời điểm nào trong năm. Hồ sơ cần thiết cho việc đăng ký nhập học sẽ có khác biệt tùy theo từng trường nhưng nhìn chung các trường sẽ yêu cầu giấy xác nhận xuất nhập cảnh, hộ chiếu, sổ theo dõi sức khỏe, giấy chứng nhận đang học tại trường trước đây, bảng điểm,...của nước sở tại. có thể truy cập vào trang web https://www.isi.go.kr là website của cơ quan đào tạo ngoại quốc và hướng dẫn chung về trường học dành cho người nước ngoài.

Các cơ quan có liên quan đến việc đào tạo con cái của gia đình đa văn hóa gồm có như sau:

○ **다문화 유치원** - 다문화유아를 위한 맞춤형 교육지원(언어 및 기초학습)과 모든 유아를 대상으로 다문화이해교육을 위한 프로그램을 운영하고 있으며, 전국 111개 원이 운영되고 있다.

○ **다문화 예비학교** - 한국어가 서툴거나 한국문화 적응에 어려움을 겪는 다문화학생의 학교 적응을 돕기 위해 한국어와 한국문화를 집중적으로 교육하고 있으며, 전국 165개교(초 105개교, 중 50개교, 고 2개교, 초중고 통합 8개교)에서 운영되고 있다.

○ **다문화 중점학교** - 다문화학생들이 다수 재학하고 있는 학교를 다문화 중점학교로 지정하여, 다문화 인식제고를 위해 모든 학생을 대상으로 다문화이해교육 프로그램을 운영하고 있다. 전국 313개교(초 265개교, 중 41개교, 고 7개교)가 운영되고 있다.

○ **다문화 대안학교** - 학업을 중단하거나 개인적 특성에 맞는 교육을 원하는 다문화 학생을 지원하기 위해 학력인정 다문화 대안학교를 운영하고 있다.

Trường mầm non đa văn hóa

Mô hình trường học này có chương trình hỗ trợ giáo dục phù hợp với những trẻ em trong gia đình đa văn hóa (học ngôn ngữ và các môn cơ bản) và có chương trình để giáo dục những kiến thức về đa văn hóa dành cho đối tượng là mọi trẻ em và trên cả nước hiện có 111 trường mầm non đang hoạt động.

Trường dự bị đa văn hóa

Trường đang đào tạo tập trung về tiếng Hàn và văn hóa Hàn Quốc nhằm hỗ trợ giai đoạn thích ứng với trường học của những học sinh đa văn hóa đang gặp khó khăn trong việc thích ứng với văn hóa Hàn Quốc và thiếu kỹ năng về tiếng Hàn, toàn quốc có 165 trường đang hoạt động (cấp tiểu học 105 trường, trung học cơ sở 50 trường, trung học phổ thông 2 trường, trường tổng hợp các cấp học tiểu học và trung học có 8 trường).

Trường trọng điểm đa văn hóa

Những ngôi trường nơi có đa số các học sinh đa văn hóa đang theo học được chỉ định là trường trọng điểm đa văn hóa và trường có các chương trình giáo dục kiến thức đa văn hóa trên đối tường là mọi học sinh nhằm nâng cao nhận thức về đa văn hóa. Cả nước có 313 trường đang hoạt động (trường tiểu học có 265 trường, trung học cơ sở 41 trường, trung học phổ thông 7 trường).

Trường đa văn hóa giáo dục thường xuyên

Là trường học đa văn hóa thuộc loại hình thay thế có công nhận học lực để hỗ trợ những học sinh trong gia đình đa văn hóa đã nghỉ học hoặc mong muốn học tập theo hình thức phù hợp với đặc tính cá nhân.

○ 기타

지구촌학교(서울 구로구) www.globalsarang.com	초
한국어, 영어, 제2외국어를 동시에 배우는 다중언어 특화교육 실시	
교육비 무료. 문의 02-6910-1004	
서울다솜관광고등학교(구 서울다솜학교, 서울 종로구) www.sds.hs.kr	고
취업능력향상을 위한 직업교육과 한국어교육 실시(관광콘텐츠과, 관광서비스과 운영)	
교육비 무료. 문의 070-8685-7798	
한국폴리텍다솜학교(충북 제천) dasom.kopo.ac.kr	고
기술습득과 취업능력 향상을 위한 직업교육 실시(컴퓨터기계과, 플랜트설비과, 스마트전기과 운영)전교생 기숙사 생활	
교육비 무료 (기숙사비 무료) 문의 043-649-2880	
인천한누리학교(인천 남동구) www.hanuri.icesc.kr	초·중·고
한국어 교육과 다양한 특성화 프로그램 (학력신장, 진로과정, 체험활동)을 운영 초등학교 5학년 이상 기숙사 생활 가능	
교육비 무료 고등 : 유료(기숙사비 별도) 문의032-442-2104, 032-442-2109	

※ 다문화학생을 위한 교육기관에 관한 자세한 사항은 해당 시·도교육청과 국가평생교육진흥원(중앙다문화교육센터)에 문의(중앙다문화교육센터 : 02-3780-9786, 9784, 9782)

이 밖에도 다누리 포털(www.liveinkorea.kr)에서 정보를 검색하거나, 다누리 콜센터 1577-1366으로 문의하면 더 자세한 사항을 안내 받을 수 있다.

Các trường khác:

Trường học Global (Quận Gu-ro, TP.Seoul) www.globalsarang.com	Cấp 1
Giáo dục đặc thù giảng dạy tiếng Hàn, tiếng Anh và ngoại ngữ thứ 2	
Miễn phí học phí – ĐT: 02-6910-1004	
Trường THPT Du lịch Seoul Dasom (Quận Chong-ro, TP.Seoul) www.sds.hs.kr	Cấp 3
Dạy nghề và tiếng Hàn để nâng cao khả năng xin việc (đào tạo Khoa Du lịch và Khoa Dịch vụ du lịch)	
Miễn phí học phí – ĐT: 070-8685-7798	
Trường THPT Hàn Quốc Polytech (Chung-buk Chae-jeon) dasom.kopo.ac.kr	Cấp 3
Dạy nghề giúp nâng cao tay nghề và khả năng xin việc (đào tạo Khoa Kỹ thuật máy tính, Khoa Thiết bị nhà xưởng, Khoa Điện thông minh), hỗ trợ ký túc xá cho học sinh	
Miễn phí học phí và chi phí sinh ký túc xá – ĐT: 043-649-2880	
Trường Incheon Hanuri (Quận Nam-dong, TP. Incheon) www.hanuri.icesc.kr	Cấp 1, 2, 3
Giảng dạy tiếng Hàn và các chương trình đặc thù đa dạng (nâng cao học lực, khóa học hướng nghiệp, hoạt động trải nghiệm)	
Học sinh lớp 5 trở lên có thể đăng ký sinh hoạt tại ký túc xá	
Miễn phí học phí	
Cấp THPT: có phí (ký túc xá)	
ĐT: 032-442-2104, 032-442-2109	

- Liên lạc cho Sở Giáo dục cấp quận, thành phố và Trung tâm giáo dục đa văn hóa Trung ương thuộc Viện Chấn hưng giáo dục trọn đời quốc gia để biết thêm thông tin chi tiết về các cơ quan giáo dục dành cho học sinh trong gia đình đa văn hóa (Trung tâm giáo dục đa văn hóa Trung ương: 02-3780-9786, 9784, 9782)
- Kiểm tra thông tin chi tiết về thủ tục chuyển trường dành cho gia đình người nước ngoài tại trang chủ của Trung tâm giáo dục đa văn hóa Trung ương: www.nime.or.kr hoặc liên lạc cho Sở Giáo dục cấp quận, thành phố (Hỗ trợ 9 ngôn ngữ: Hàn Quốc, Philippines, Thái Lan, Trung Quốc, Nhật Bản, Anh, Việt Nam, Mông Cổ, Nga)

Ngoài ra nên tìm kiếm thông tin trên cổng thông tin của Trung tâm Hỗ trợ gia đình đa văn hóa (www.liveinkorea.kr) hoặc tư vấn qua đường dây nóng của Trung tâm theo số 1577-1366 để được hướng dẫn chi tiết hơn.

III. 결혼이민여성의 취업 문제

1. 한국에서의 취업 현황

한국에서의 직업이 다음과 같이 2가지로 나뉜다.

- 정규 노동자는 학력과 기술이 있어 직접 채용되어 전 시간 근무의 제도를 누리게 되고 고용계약에 대한 제한을 받지 않는 대상이다.

- 비정규 노동자는 단기적이나 시간상으로 근무하는 사람이다. 이러한 노동자는 정해진 시간, 아르바이트 혹은 일당에 따라 근무할 수 있다.

2. 결혼이민여성에 대한 취업의 어려움

2.1. 가장 큰 장애는 대부분 베트남 신부들이 한국어에 능숙하지 않고 기술력이 없는 것이다. 이런 상태에 일하기로 한다면 수입이 낮은 일자리에만 배치되어 대개 힘겨운 일이며 시간에 따라 시간당 시급을 받아 많이 벌지 못한다.

2.2. 출산, 자녀 양육과 집안일로 바빠서 업무적 요구에 따라 근무 시간을 배정하기가 어렵다.

2.3. 남편과 시댁 식구들이 신부의 취업 의향에 반대하고 그들이 결혼이민 신부에 대한 기대함은 보통 사회에서 일하는 것보다 아내, 어머니의 역할을 잘 수행하며 집안 일을 잘 하는 것이다.

III. Vấn đề xin việc làm với phụ nữ kết hôn di trú

1. Việc làm tại Hàn Quốc

Việc làm tại Hàn Quốc được phân thành 2 loại chính:

- Lao động chính quy: là những người có học lực hoặc tay nghề được tuyển dụng trực tiếp, thụ hưởng chế độ làm việc toàn thời gian và không bị giới hạn ký kết lao động.

- Lao động không chính quy: là những người lao động theo thời hạn ngắn hoặc nhân viên thời vụ. Loại hình lao động này có thể làm theo giờ hoặc bán thời gian hoặc lao động theo ngày v.v...

2. Các khó khăn khi xin việc làm của phụ nữ kết hôn di trú

2.1. Rào cản lớn nhất chính là việc đa số cô dâu Việt chưa thành thạo ngôn ngữ Hàn và chưa có tay nghề. Nếu chấp nhận đi làm trong điều kiện như vậy bạn sẽ chỉ được nhận làm những công việc lao động thu nhập thấp và thường là nặng nhọc vất vả, chỉ trả lương theo giờ, hiệu quả kinh tế không cao.

2.2. Bị bận rộn công việc sinh con nuôi dạy con cái, làm công việc nhà nên khó thu xếp thời gian lao động theo yêu cầu.

2.3. Bị chồng và gia đình chồng phản đối do kỳ vọng thông thường của họ với cô dâu di trú là yên phận làm vợ làm mẹ sinh con, thu xếp công việc nhà hơn là đi làm ngoài xã hội.

3. 결혼이민여성의 직장생활의 좋은 점

이런 형편이 있어도 다음과 같이 결혼이민여성들에게 직장을 다니는 것은 꼭 필요한 일이다.

- 가족의 경제적 수득을 증대하고 고향에 있는 가족들을 돕기 위해 직장을 다녀야 한다.
- 직장과 수입을 통해 신부의 위상을 높이며 부부 사이에 평등한 관계를 이뤄낼 수 있을 것이다.
- 직장생활을 통해 베트남 신부가 한국 사회에 잘 통합할 수 있는 토대가 이루어지고 집안에만 있는 것보다 즐겁고 풍부한 생활을 이룰 수 있을 것이다.

4. 베트남 신부들이 결혼이민 생활에 대한 기쁨, 자신감과 행복한 가정을 유지하는 방법

베트남 신부가 어려움에 맞서 해결방안을 모색해야 성공을 이룩할 수 있다.

4.1. 신부들이 한국어를 못한다는 것으로 인해 어려움을 겪고 있다면 모든 기회를 이용하여 한국어를 잘 하려고 최선의 노력을 다해야 한다. 베트남 신부가 살고 있는 현지의 언어를 못한다는 것은 수영할 줄 모르면서 물에 들어가는 것이나 다름없음을 잘 인식하여야 한다.

한국어에 능통하지 못하면 사회의 가장자리에 몰려지고 시댁 식구들과 어울리지 못하며 사회에 통합할 수도 없고 자녀들에게 지원해 줄 수도 없고 좋은 일자리를 구하기도 힘들다. 한국에는 베트남 신부들에게 한국어 공부를 지원하는 정책이 많다. 다문화가정지원센터에 문의해서 한국 사회에 통합하기 위해 한국어를 학습할 기회를 활용하는 것이 좋은 방법이다.

3. Lợi ích của việc có công việc làm với phụ nữ kết hôn di trú

Dù khó khăn như vậy nhưng việc đi làm với phụ nữ kết hôn di trú là vẫn rất cần thiết các lý do sau:

- Bạn cần đi làm để tăng thu nhập kinh tế cho gia đình và có thể chủ động giúp đỡ cha mẹ ruột ở quê nhà.

- Công việc và thu nhập sẽ tạo điều kiện cho bạn nâng cao vị thế để xây dựng mối quan hệ vợ chồng bình đẳng hơn, ít bị lệ thuộc hơn.

- Công việc tạo nền tảng cho cô dâu Việt hội nhập tốt hơn vào xã hội Hàn Quốc, tạo niềm vui và sự phong phú cho cuộc sống hơn là chỉ bó hẹp quanh quẩn trong căn nhà của mình.

4. Làm thế nào để cô dâu Việt có thể xin việc làm, tìm được niềm vui, sự tự tin trong cuộc sống của phụ nữ kết hôn di trú mà vẫn bảo đảm được hạnh phúc gia đình?

Cô dâu Việt chỉ có thể thành công khi biết đối mặt với các khó khăn và tìm được các biện pháp và hành động đúng để vượt qua chúng.

4.1. Với khó khăn không biết tiếng Hàn thì các cô dâu không có con đường nào khác là phải cố gắng hết sức, quyết tâm kiên trì, tận dụng mọi cơ hội để học và làm chủ cho được tiếng Hàn. Các cô dâu Việt phải ý thức sâu sắc rằng, nếu không thành thạo ngôn ngữ của môi trường gia đình và xã hội mà bạn đang sống thì chẳng khác nào nhảy xuống nước mà không biết bơi.

Không làm chủ được ngôn ngữ sẽ bị gạt qua bên lề cuộc sống, không thể hòa nhập ở gia đình, không thể hội nhập vào xã hội, không thể hỗ trợ cho con cái và cũng như vậy không thể tìm kiếm được một việc làm xứng đáng. Hàn Quốc có nhiều chính sách hỗ trợ cô dâu Việt học tiếng Hàn, các cô dâu cần liên hệ với các Trung tâm hỗ trợ gia đình đa văn hóa để biết và tận dụng mọi cơ hội học tiếng Hàn để tự tin hội nhập.

한국어와 더불어 직업을 준비해야 한다. 신부들이 자기의 건강, 적성과 시간에 따라 적합한 직업을 고려하여 선택해야 하며 필요한 자격증과 여건을 알아봐서 취직서류를 미리 준비해 놓으면 좋다.

4.2. 베트남 신부의 한국 사회 조기적응을 위한 행동요령에 따르면 한국에 처음 왔을 때 베트남 신부가 아내, 어머니와 며느리 역할에 대한 남편과 시댁 식구들의 기대에 아직 응답하지 못한다면 일자리를 구하거나 직장을 다니는 것을 서두르지 말아야 한다. 또한 이때는 한국어가 아직 서투르며 아무 직업도 없고 물론 한국 문화를 아직 잘 이해하지 못하고 가족생활과 사회생활에 바람직한 행동을 하는 데에 경험이 없는 것이 사실이다.

그래서 베트남 신부가 한국에 처음 왔을 때는 우선 시댁 식구들의 기대에 응하려고 신경을 많이 써야 하고 시댁 식구들과의 애착을 이루면서 한국어와 직업을 준비할 필요가 있다. 아이를 유치원으로 보낼 수 있고 한국어로 의사소통을 할 수 있고 노동기법을 준비할 수 있을 때 취직해도 늦지 않다. 마음이 너무 급하면 취업 뿐만 아니라 행복한 가정을 이루는 데에 실패할 수 있기 때문이다.

Cùng với việc chuẩn bị ngôn ngữ là chuẩn bị tay nghề. Các cô dâu cần suy nghĩ lựa chọn nghề phù hợp với điều kiện, thời gian, sức khỏe và sở thích, các yêu cầu về chuyên môn, các chứng chỉ hành nghề để chuẩn bị học tập, tích lũy tay nghề và chứng chỉ, sẵn sàng cho một hồ sơ xin việc khả thi khi có điều kiện.

4.2. Với khó khăn bị bận rộn công việc sinh và nuôi dạy con, làm công việc nhà nên khó thu xếp thời gian lao động theo yêu cầu thì như đã tư vấn ở phần Định hướng ứng xử cho cô dâu Việt trong thời gian mới hội nhập Hàn Quốc các cô dâu mới chưa nên nôn nóng tìm việc hoặc đòi ra ngoài làm việc khi vừa sang Hàn Quốc, khi chưa đáp ứng kỳ vọng của chồng và gia đình chồng về vai trò làm vợ, làm mẹ, làm dâu. Hơn nữa lúc này các cô dâu cũng chưa chuẩn bị tốt ngôn ngữ và tay nghề cũng như chưa hiểu rõ văn hóa Hàn, chưa có kinh nghiệm để ứng xử tốt trong gia đình và ngoài xã hội.

Vì vậy lời khuyên tốt là trong thời gian đầu mới sang Hàn Quốc là các cô dâu Việt nên tập trung đáp ứng kỳ vọng của gia đình chồng, xây dựng nền tảng gắn bó của gia đình đồng thời nỗ lực hết sức để chuẩn bị ngôn ngữ và tay nghề. Chỉ khi con cái đã có thể gửi được nhà trẻ, khi các cô dâu đã tự tin giao tiếp bằng tiếng Hàn và chuẩn bị được kỹ năng lao động nghề thì mới nên xúc tiến xin việc làm. Nếu nóng vội, các bạn có nguy cơ thất bại không chỉ ở lĩnh vực việc làm mà còn mất tất cả hạnh phúc của gia đình.

4.3 베트남 신부가 준비하는 것 중 남편과 시댁 식구들이 베트남 신부 취업에 찬성하도록 하는 설득

베트남 신부의 취업에 대해 남편과 시댁 식구들을 설득할 수 있는 것은 아이를 낳고 집안일을 잘 해내는 남편과 가족의 기대에 응해 주고, 한국어로 의사소통을 하며 취업을 위해 해당 일을 할 수 있는 전문 실력을 갖추게 되는 것이다. 이는 직장을 통해 가족에게 물질적으로 도움이 되고 사회에 통합할 수 있는 것은 남편과 시댁 식구들이 아이를 돌보는 일과 집안일을 도와 주는 일에 대해 찬성해서 신부가 안심하고 직장 생활을 할 수 있게 하는 좋은 여건이 될 것이다.

5. 한국 결혼이민여성을 위한 취직 지원 기관과 정책

5.1. 새일센터. 문의:1544-1199

새일센터 지원 내역:
+ 창업교육: 여성 노동자를 우선적으로 채용하는 업종과 관련된 전문 기술 교육과정을 개설한다. 베트남 신부를 비롯한 결혼이민여성은 수강생으로 뽑히는 혜택이 있다.
+ 결혼이민여성을 실습생으로 뽑는 곳은 임금을 지원해 준다.

이러한 기관은 각 지방에 다 있음으로 직접 연락하여 전문 기술을 배울 수 있도록 지원을 받는 것이 좋다.

4.3 Việc chuẩn bị của bạn các cô dâu còn phải thể hiện ở khía cạnh thuyết phục được chồng và gia đình chồng đồng thuận với việc đi làm kiếm tiền của bạn mình.

Cơ sở quan trọng nhất để thuyết phục được chồng và gia đình chồng đồng ý chính là sự chuẩn bị tốt của cô dâu trong việc đáp ứng kỳ vọng của chồng và gia đình chồng (đã sinh con, đã làm tốt công việc thu xếp nhà cửa), đã chuẩn bị tốt để có thể xin được việc làm thu nhập tốt (đã giao tiếp tiếng Hàn tốt, đã có tay nghề với công việc phù hợp). Điều đó cùng với lợi ích có thể đóng góp thêm kinh tế cho gia đình và có thêm cơ hội để cô dâu hội nhập vào xã hội v.v... sẽ là những lý lẽ khả thi để để chồng và gia đình chồng đồng ý chia sẻ gánh nặng chăm sóc con và chia sẻ công việc nhà để cô dâu có thể đi làm.

5. Những cơ quan và chính sách hỗ trợ xin việc làm cho cô dâu kết hôn di trú ở Hàn Quốc

5.1. Trung tâm việc làm mới (Trung tâm Saeil). Điện thoại liên hệ: 1544-1199

Trung tâm này hỗ trợ:

+ *Giáo dục hướng nghiệp*: gồm các khóa học đào tạo kỹ thuật chuyên môn liên quan đến các mảng nghề nghiệp ưu tiên tuyển dụng nữ giới. Phụ nữ kết hôn di trú trong đó có cô dâu Việt nằm trong chính sách ưu tiên được tuyển chọn làm học viên.

+ *Hỗ trợ tiền lương cho những cơ sở tuyển dụng phụ nữ* kết hôn di trú vào làm thực tập.

Các trung tâm này có ở tất cả các địa phương vì vậy các cô dâu có thể liên hệ và đến đăng ký để được hỗ trợ học nghề tại Trung tâm thuận tiện nhất.

5.2. 노동고용부의 결혼이민여성 취업 지원 서비스[10]

노동고용부의 상담센터에 1350으로 문의할 수 있다.

이 기관에는 결혼이민여성을 위해 취직지원 정책이 있다.

+ 성공한 취업 지원 서비스는 결혼이민여성을 위한 전문 기술 교육, 취업 지원 서비스이다.
+ 결혼이민여성을 위한 취직 지원 프로그램은 다양한 취직 관련 정보를 제공하며 성공한 취직을 위해 지원하는 프로그램이다.
+ 내일을 위한 공부카드는 결혼이민여성을 비롯한 일정한 대상들이 업무교육과정에 참여할 수 있도록 장학금을 지원하는 것이다. 성공한 취업 지원 서비스를 신청한 대상도 이런 지원 프로그램을 신청할 수 있다.

5.3. 현지의 다문화가정지원센터

이러한 센터에는 결혼이민여성을 위해 취직을 지원하는 프로그램이 있다. 사람들이 많이 배우는 프로그램은 봉제, 네일케어, 간호, 요리 등이다. 그외에 외국 신부를 위한 '다문화가정 교사양성과정', '양국의 언어 교사양성 과정' 등이 있다.

베트남 신부가 살고 있는 지역의 다문화가정지원센터에 연락하면 여러모로 상담을 받고 후원을 받게 되며 특히 전문 기술양성과 취직을 하려고 할 때 지원을 얻을 수 있을 것이다.

---

10 출처: 결혼이민자를 위한 사전 교육과정 – 기본 길잡이, 128~130페이지

5.2. Dịch vụ hỗ trợ tìm việc làm cho phụ nữ kết hôn di trú của Bộ tuyển dụng lao động[10]

Bạn có thể liên hệ với Trung tâm tư vấn của Bộ lao động tuyển dụng theo số 1350 (không cần mã vùng)

Tại đây có các chính sách hỗ trợ tìm việc làm cho phụ nữ kết hôn di trú.

+ *Gói dịch vụ xin việc thành công* bao gồm việc dạy nghề, xin việc sau khi học nghề cho phụ nữ kết hôn di trú

+ *Chương trình hỗ trợ việc làm cho phụ nữ kết hôn di trú*: cung cấp thông tin đa dạng liên quan đến xin việc làm và hỗ trợ để phụ nữ kết hôn di trú xin việc thành công.

+ *Thẻ học cho ngày mai*: là chế độ hỗ trợ một khoản tiền cho một số đối tượng nhất định trong số phụ nữ kết hôn di trú để họ có thể tham gia các khóa đào tạo nghiệp vụ. Những người đã đăng ký gói dịch vụ xin việc thành công cũng vẫn có thể đăng ký nhận chế độ hỗ trợ này.

5.3. Các Trung tâm hỗ trợ gia đình đa văn hóa ở địa phương

Tại các Trung tâm này đều có những dịch vụ hướng nghiệp và kết nối tìm việc làm cho phụ nữ kết hôn di trú. Các nghề dịch vụ như học may, học làm móng, học làm điều dưỡng, học nấu ăn v.v... là những nghề thường được học. Ngoài ra còn có các khóa *"Đào tạo giảng viên cho gia đình đa văn hóa"*, *"Khóa đào tạo giảng viên song ngữ"* cho các cô dâu nước ngoài v.v...

Các bạn nên liên hệ với các Trung tâm hỗ trợ gia đình đa văn hóa ở địa phương mình đang sinh sống để được tư vấn và giúp đỡ nhiều mặt, nhất là khi muốn học nghề và xin việc làm.

---

10 Nguồn: Chương trình giáo dục định hướng dành cho người kết hôn di trú – Cẩm nang cơ bản. Tài liệu đã dẫn 128-130.

6. 결혼이민여성을 위한 한국 노동법의 기본 사항[11]

6.1. 고용주가 노동자하고 임금, 근무시간, 공휴일, 휴가와 기타 노동 조건에 관한 고용계약을 체결해야 한다. 이 사항들은 고용계약서에 명확히 기재되어야 한다.

고용계약서는 2부로 작성되고 고용주가 1부, 노동자가 1부를 보관한다. 계약서에는 회사 주소, 전화번호, 고용주 성명과 계약서 서명자의 성명을 기재하여야 한다.

6.2. 법률에 따른 근무 시간은 하루에 8시간이며 1주일에 40시간이다.

고용주와 노동자가 근무 시간을 늘린다는 계약을 할 경우 최대한 추가 근무 시간은 일주일에 12시간이며 이때 총 근무시간은 일주일에 52시간이 될 것이다.

규정에 따라 4시간에 근무할 경우 30분 이상, 8시간에 근무할 경우 1시간 이상 휴식을 갖게 된다.

6.3. 일주일에 평균 1일 이상 휴일을 갖게 된다.

일주일 내내 근무할 경우 휴일을 포함하여 임금을 지급해야 한다.

---

11 출처: 결혼이민자를 위한 사전 교육과정 – 기본 길잡이, 132~145페이지

6. Những điều cơ bản trong luật lao động của Hàn Quốc dành cho phụ nữ kết hôn di trú[11]

6.1. Người sử dụng lao động phải lập hợp đồng với người lao động về vấn đề tiền lương, thời gian làm việc trong ngày, ngày nghỉ lễ, nghỉ phép và các điều kiện lao động khác. Các nội dung đó phải viết rõ trong văn bản hợp đồng lao động.

Hợp đồng được lập 02 bản, 01 bản người sử dụng lao động giữ, 01 bản người lao động giữ. Trong hợp đồng phải ghi rõ địa chỉ công ty, số điện thoại, tên người chủ sử dụng lao động và người quản lý ký hợp đồng.

6.2. Thời gian làm việc theo quy định của pháp luật là 8 tiếng/ngày và 40 tiếng/tuần.

Trong trường hợp giữa hai bên có thỏa thuận tăng thời gian làm việc thì thời gian làm việc thêm tối đa trong 1 tuần là 12 tiếng (tổng số 52 tiếng/tuần).

Thời gian nghỉ phải có trong quá trình lao động theo quy định là 30 phút trở lên cho thời gian lao động 4 tiếng và 1 tiếng trở lên khi thời gian lao động 8 tiếng.

6.3. Trong một tuần có trung bình 01 ngày nghỉ trở lên.

Nếu lao động suốt cả 01 tuần thì phải trả tiền lương tính cho ngày nghỉ.

---

11 Dẫn theo *Chương trình giáo dục định hướng dành cho người kết hôn di trú. Cẩm nang cơ bản.* Tài liệu đã dẫn 132-145.

6.4. 임금은 정해진 날짜에 매월 한 번씩 현금으로 지급되거나 은행 계좌로 송금된다. 수입에서 소득세와 의료보험료 등이 임금에서 일부 공제된다. 노동자가 해당 월에 근무일수가 부족해도 노동자가 근무했던 일수에 따라 임금을 지급해야 한다.

6.5. 고용노동부의 규정에 따른 최저임금으로 지급해야 한다.
2019년 시간당 최저임금은 8,350원, 일당 최저임금은 66,800원이다. 근무시간이 40시간인 월당 최저임금은 209시간 기준 1,745,150원이다.

6.6. 노동자를 해고할 경우에는 최소한 30일전에 통지하여야 한다
- 노동자를 해고하기 30일전에 미리 통지하지 않는다면 그 해당 30일에 따라 임금을 지급해야 한다.
- 1년 이상 근무했던 사람에게 해고 시 연간 1개월의 임금만큼 해고지원금을 지급해야 한다.
- 추가 근무, 야근 요청 시 근무 시간당에 따라 임금의 50%를 지급해야 한다. 회사에 5명 이상 있어야 한다.

6.7. 여성노동자의 특별보호사항
+ 매월 1일의 생리휴가를 받고 해당 일에 임금을 받을 수 있다.
+ 당사자의 동의를 받아야 야근 혹은 휴일에 근무를 요구할 수 있다.
+ 임신부에게 추가 근무를 요청하면 안 된다.
+ 임신 중인 여성에게 맡긴 일은 너무 힘들다면 고용주에게 보다 가벼운 일로 시켜 달라고 요청할 수 있다.
+ 출산 여성노동자는 출산 전후 90일 휴가를 받고, 휴가 중에도 임금을 받을 수 있다.

6.4. Tiền lương phải được phát mỗi tháng 01 lần vào ngày định sẵn bằng tiền mặt hoặc chuyển vào tài khoản ngân hàng. Tiền thuế thu nhập lao động hay phí bảo hiểm xã hội... có thể được trừ trước vào tiền lương. Trong một tháng dù người lao động không đi làm đủ ngày vẫn phải trả lương cho những ngày người lao động đã làm.

6.5. Phải trả tiền lương trên mức lương tối thiểu mà Bộ lao động tuyển dụng Hàn Quốc quy định

Mức lương tối thiểu năm 2019 là 8.350 won/tiếng, theo ngày là 66.800 won/ngày. Tính theo tháng 209 tiếng (mỗi tuần làm việc 40 tiếng) là 1.745.150 won/tháng.

6.6. Nếu muốn sa thải người lao động thì phải báo trước ít nhất 30 ngày

-Nếu sa thải không báo trước 30 ngày thì phải trả cho người lao động số tiền lương ứng với 30 ngày làm.

-Với người lao động trên 1 năm thì khi cho thôi việc phải trả tiền trợ cấp thôi việc với mức bình quân 01 tháng lương/năm.

-Trong trường hợp yêu cầu làm thêm giờ, làm ca đêm, làm ngày nghỉ phải trả 50% tiền lương tính theo giờ cho mỗi giờ làm (công ty phải có từ 05 người trở lên)

6.7. Các điều khoản bảo hộ đặc biệt dành cho lao động nữ

+ 01 tháng có 01 ngày nghỉ sinh lý được hưởng lương

+ Phải có sự đồng ý của đương sự mới được yêu cầu làm ca đêm hoặc ngày nghỉ.

+ Không được yêu cầu tăng ca với phụ nữ mang thai.

+ Khi mang thai nếu thấy công việc quá nặng có thể yêu cầu chủ lao động cho phép đổi qua việc nhẹ nhàng hơn.

+ Lao động nữ sinh con có 90 ngày nghỉ hưởng lương trước và sau khi sinh.

유의점

베트남 신부가 취직을 하기로 결정할 때는 남편과 시댁 식구들의 찬성이 필요한데 만약에 모든 것이 다 준비되어 있고 좋은 기회가 왔음에도 시댁 식구들이 호응이 없고 찬성하지 않을 때도 적극적으로 취직을 결정하는 것도 좋은 방법이다. 한국 정부, 현지 유관기관, 정부 기관 및 한국의 다문화 가정지원센터에서 결혼이민여성들이 취직을 할 수 있도록 여러 가지 지원 사업을 진행해 오고 있다. 베트남 신부가 자기의 행복과 자녀의 미래를 위해 일할 수 있다는 권리가 있다.

- 취직 시 가족 혹은 노동상담센터의 도움을 받아 고용 업체에 대한 안전성을 잘 파악하여야 한다.

유흥가, 마사지 집, 노래방 등과 같은 직장은 피하는 것이 좋다. 왜냐하면, 그런 유흥업소에서 일하려면 특별한 조건, 절차와 자격증이 필요하기 때문이다. 이러한 업종에서 근무한다면 '품행불량'로 평가를 받을 수 있고 사증 연장을 할 수 없거나 한국으로 귀화할 수 없고 혹은 속임을 당해 매음에 빠져서 벗어날 수가 없을 것이다.

- 높은 급여를 주겠다고 약속하고 비정상적인 급여혜택과 더불어 가입 회비를 내거나 화장품, 옷 등을 사서 지인에게 팔도록 요구하는 업체는 조심해야 하고 이러한 데는 대부분 사기를 치거나 불법적으로 다단계 판매 사업을 하는 업체이기 때문이다.
- 고용계약서의 모든 조항을 잘 이해하며 동의한다고 확신할 때만 서명하여야 한다. 고용계약서 내용을 이해하지 못한다면 노동상담지원센터의 도움을 요청하여 내용을 확인한 후에 서명하는 것이 좋다. 계약서 내용을 잘 이해하지 못한다면 절대로 서명해서는 안 된다. 고용주가 고용계약을 위반할 경우 자기 권리를 보호하기 위해 서명된 계약서를 보관하여야 한다.
- 본인의 여권 및 외국인 노동자증을 잘 보관해야 하며 고용주나 다른 사람 아무에게나 맡기면 안 된다.
- 한국 노동법을 잘 파악하며 숙지하여 잘 준수해야 하며 고용주에게도 노동법의 규정을 준수한다는 것을 요구할 필요가 있다.

Ghi nhớ

- Các cô dâu rất cần sự đồng thuận của chồng và gia đình chồng khi quyết định xin đi làm, nhưng nếu đã chuẩn bị tốt, đã có cơ hội tốt mà vẫn không thể nhận được đồng ý do gia đình chồng thiếu thiện chí thì các bạn vẫn nên quyết định tìm việc làm để tạo sự chủ động.

Chính phủ Hàn Quốc, các Ban ngành quản lý địa phương, các cơ quan nhà nước và các Trung tâm hỗ trợ đa văn hóa ở Hàn Quốc đã và đang tiến hành nhiều hoạt động hỗ trợ tìm việc làm cho các cô dâu kết hôn di trú. Các cô dâu có quyền được lao động để tạo cuộc sống hạnh phúc cho chính mình và tương lai con cái của mình.

- Khi xin việc nên nhờ gia đình hay các cơ sở Tư vấn lao động hỗ trợ tìm hiểu kỹ về sự an toàn của nơi tuyển dụng.

Cần lưu ý tránh những nơi làm việc nhạy cảm như khu ăn chơi, cơ sở massage, quán karaoke v.v... vì làm việc ở đó cần có những điều kiện, thủ tục đăng ký cũng như chứng chỉ hành nghề đặc biệt. Nếu vi phạm ở những lĩnh vực nghề này các cô dâu có thể bị nhận xét *"hạnh kiểm không tốt"*, sẽ không được gia hạn thị thực hoặc nhập quốc tịch Hàn Quốc, hoặc sẽ bị lừa vào nghề mãi dâm và sẽ không thể thoát ra được.

- Các cô dâu cần cảnh giác với những nơi tuyển dụng với lời hứa trả lương cao hoặc có các ưu đãi tốt bất thường kèm theo yêu cầu đóng phí gia nhập hay mua những mặt hàng mỹ phẩm, quần áo v.v... bán hàng cho người quen vì đó thường là dạng bán hàng đa cấp bất hợp pháp gắn liền với lừa đảo.

- Chỉ ký hợp đồng lao động sau khi đã chắc chắn hiểu và đồng ý với các điều khoản trong hợp đồng. Nếu chưa chắc chắn hiểu bạn nên yêu cầu đem đến các Trung tâm hỗ trợ tư vấn lao động giúp đỡ để hiểu rõ và xác nhận đúng nội dung rồi mới ký. Tuyệt đối không ký khi không hiểu rõ nội dung văn bản hợp đồng. Các bạn cần giữ kỹ văn bản hợp đồng đã ký để bảo vệ các quyền lợi của mình khi chủ vi phạm hợp đồng.

- Luôn bảo quản kỹ hộ chiếu và thẻ lao động nước ngoài của mình, không giao cho chủ lao động hay bất kỳ ai giữ.

- Đọc, hiểu kỹ những điều cơ bản của luật lao động Hàn Quốc để thực hiện đúng và yêu cầu người sử dụng lao động thực hiện đúng.

IV. 가정폭력 및 가정폭력을 당한 결혼이민여성의 행동지침

1. 가정폭력이란

가정폭력이란 가족 구성원 사이의 신체적, 정신적 또는 재산상 피해가 따르는 행위를 말한다. 결혼이민여성이 가정폭력을 당할 경우 남편 혹은 시댁 식구들이 결혼이민여성을 신체적으로 때리고 상처를 입히고 갇히는 것 등 신체적인 폭력행위; 폭언, 모욕, 억울한 의심, 사회적 고립 등 정서적 학대; 상대방에게 원하지 않는 성행위를 강요하고 성관계 의사결정권을 침해하는 행위; 생활비를 주지 않거나 금전사용 금지행위 등의 경제적인 폭력 행위를 말한다.

심각성에 따라 가정폭력이 여러 형태로 발생할 수 있지만 대부분 한 번 발생한 경우는 지속적으로 반복되어 여성에게 많은 상해를 입히는 것이다. 그러므로 결혼이민자가 이러한 문제를 잘 이해하여 올바른 태도와 행동을 취하며 자기를 보호하며 비참하고 심각한 결과를 피하도록 하는 것이 좋은 방법이다.

2. 가정폭력 방지

의사와 정서를 전달하기에 언어 소통능력 부족, 문화적 차이점을 파악하여 이를 완화시키기 위한 시간의 부족 등이 중매업체를 통한 다문화혼인의 본질적인 단점이다. 이로 인해 공동 생활에 오해와 갈등을 쉽게 일으키게 될 수 있다. 갈등으로 인해 폭력행위를 쉽게 발생하게 하기 때문에 갈등을 감소시키며 화합을 도모하기 위한 행동은 가정폭력을 해결하기 위한 열쇠이다. 이는 '화재 예방은 소방보다 낫다'라는 지침과 마찬가지이다. 그래서 결혼이민여성은 이 문제에 대한 명확한 의식을 가져야 하며 가정폭력을 방지하기 위해 다음과 같은 적극적인 행동을 취해야 한다.

IV. Bạo lực gia đình và ứng xử của phụ nữ kết hôn di trú khi bị bạo lực

1. Bạo lực gia đình là gì?

Bạo lực gia đình là hành vi gây ra những thiệt hại về thể xác, tinh thần và tài sản giữa các thành viên trong gia đình với nhau. Trong trường hợp phụ nữ di trú kết hôn bị bạo lực gia đình thì đó là những hành vi bạo hành về thể xác (đánh đập, gây thương tích, giam cầm...); ngược đãi về tinh thần (miệt thị, chửi bới thậm tệ, nghi ngờ oan uổng, khống chế quan hệ xã hội v.v...); bạo lực về tình dục (cưỡng chế, xâm hại quyền tự quyết tình dục; bạo lực về kinh tế (bỏ mặc kinh tế, khống chế hoạt động kinh tế v.v...) của chồng hay người thân trong gia đình chồng với cô dâu kết hôn di trú.

Tùy mức độ nặng nhẹ và bạo lực gia đình đó có thể diễn ra một hay nhiều lĩnh vực nhưng thông thường nếu đã xuất hiện sẽ tái diễn thường xuyên gây tổn thương sâu sắc cho người phụ nữ. Do đó phụ nữ kết hôn di trú cần hiểu rõ về vấn đề này để có ứng xử đúng, biết cách bảo vệ mình, tránh những kết cục bi thảm và những hậu quả nghiêm trọng.

2. Ứng xử để tránh xảy ra bạo lực gia đình

Do những yếu điểm tự thân của hôn nhân đa văn hóa qua môi giới như không đủ ngôn ngữ để diễn đạt tư duy và tình cảm, không đủ thời gian để tìm hiểu kỹ, các khác biệt văn hóa không được hiểu rõ để giải tỏa v.v... nên rất dễ dẫn đến những hiểu lầm, những xung đột trong quá trình chung sống. Xung đột dễ làm nảy sinh bạo lực vì vậy việc ứng xử sao cho giảm xung đột, tăng hòa hợp chính là chìa khóa để giải quyết vấn đề bạo lực gia đình. Điều đó tương tự như phương châm *"phòng hỏa hơn cứu hỏa"*. Do đó các bạn gái kết hôn di trú cần phải có một ý thức rõ ràng và mạnh mẽ về vấn đề này đồng thời nên hành động tích cực để tránh bạo lực gia đình có thể xảy ra. Cụ thể các bạn nên:

- 선택한 한국 남편의 아내가 되어 진실로 행복한 가정을 이루려고 한다. 다문화혼인을 선택할 때 이를 가장 소중하고도 최고의 목표로 삼는 것이 좋다. 베트남 신부가 진심으로 인해 남편과 함께 시련과 어려움을 이겨내어 행복을 추구하는 데에 성실, 화합, 노력 및 인내심의 행동이 나타날 수 있을 것이다.

-이러한 마음으로부터 아내, 어머니와 며느리의 역할을 잘 수행하겠다는 의식을 가질 필요가 있다. 남편과 같이 살아 가는 동안에 원활한 의사소통, 오해의 불식, 갈등 감소 및 화합 증진을 위해 한국어를 열심히 공부하여 한국어에 능통하는 것이 바람직하다.

-갈등이 발생했을 때 진정한 태도를 취하며 강퍅하게 반항하거나 시비를 거는 태도를 보이지 말고 집을 떠나지 말아야 한다. 이러한 행동은 가정 폭력을 쉽게 일으키게 될 것이다. 베트남 속담에 '남편이 화나면 아내가 말을 적게 한다', '끓는 밥은 불을 약하게 조절하면 잃을 게 없다'라는 말이 있다. 폭력은 가해자에게서 시작된 것인데 피해자의 태도와 행동도 폭력 완화나 강화에 중요한 역할을 한다. 한국 속담에는 '웃는 얼굴에 침 못 뱉는다'라는 말과 마찬가지이다.

- 자기의 호혜적인 행동 외에 주위 사람들의 도움이 필요하다. 그들이 가해자에게 폭력이 행복한 가정에게 어떻게 영향을 미치는지에 대해 상담하고 조언해 달라고 할 수 있다.

-Thật lòng muốn làm vợ người chồng Hàn Quốc mà các bạn đã chọn, thực lòng muốn có một gia đình hạnh phúc. Các bạn nên xem đó là mục đích cao nhất, quan trọng nhất của bạn khi lựa chọn kết hôn đa văn hóa. Sự thành tâm của bạn sẽ khiến các hoạt động của bạn luôn trung thực, luôn hiền hòa, luôn cố gắng và luôn nhẫn nại để cùng chồng vượt qua những khó khăn trở ngại tìm kiếm hạnh phúc.

-Từ tấm lòng đó bạn luôn có ý thức làm tốt bổn phận làm vợ, làm mẹ, làm dâu. Cố gắng nỗ lực học và làm chủ tiếng Hàn để có đủ ngôn ngữ giao tiếp, giải tỏa các hiểu lầm nếu có, làm giảm mâu thuẫn và tăng hòa hợp trong quá trình chung sống.

-Khi mâu thuẫn gia đình nảy sinh, bạn nên bình tĩnh, tránh thái độ phản kháng quá cứng, hoặc thái độ thách thức hay tự ý bỏ nhà ra đi v.v... Những hành động đó thường kích thích bạo lực nảy sinh. Tục ngữ Việt Nam có câu *"chồng giận thì vợ bớt lời", cơm sôi bớt lửa không rơi hạt nào"*. Bạo lực là xuất phát từ đối tượng gây bạo lực nhưng ứng xử của đối tượng bị bạo lực cũng góp phần rất quan trọng vào việc làm cho bạo lực dập tắt hay bùng phát. Tục ngữ Hàn có câu *"không thể nhổ nước bọt vào gương mặt tươi cười"*.

-Cùng với những hành động thiện chí của bản thân, bạn cần nhận sự giúp đỡ của những người xung quanh; nhờ họ tư vấn hay khuyên giải những người gây bạo lực về các hậu quả không tốt của bạo lực với hạnh phúc gia đình.

3. 가정폭력을 당했을 때의 태도

원하지도 않았고 방지하려고 노력했는데도 미리 예상하지 못한 관계로 가정폭력이 발생할 수도 있다. 이럴 때는 결혼이민여성이 자기를 스스로 보호하고 폭력을 막기 위해 다음과 같이 행동해야 한다.

- 남편의 성폭력 행위와 같은 예민한 문제라도 절대로 가정폭력을 혼자서 참으면 안 된다. 이때는 지인이나 상담기관의 도움이 꼭 필요하다. 폭력을 계속 해서 참는 것은 적절치 않으며, 가해자가 폭력 행위를 하지 못하게 반대의 태도를 명확히 표현할 필요가 있다.

- 가정폭력이 심각해질 경우 다누리 센터 긴급전화 1577-1366으로 연락하는 것이 좋은 방법이다. 이 핫라인은 365일 24시간 동안 운영되며 가정폭력, 성폭력 혹은 매음 피해자를 위해 상담하고 긴급 보호를 해 준다. 베트남어를 비롯한 13개국의 언어로 운영되어 한국어가 서툰 피해자도 베트남어로 통화해서 자신의 문제를 설명할 수 있을 것이다. 정보를 받은 후 다누리 센터에서 피해자에게 긴급 상담을 해 주면서 문제를 해결하도록 가정폭력상담소, 성폭력상담소, 가정폭력피해자보호기관, 경찰, 변호사, 병원, 여성협회, 복리단체, 전국 병원의 원스톱 서비스 지원기관 등과 연결을 시켜 줄 것이다.

그 외에 다누리 콜센터 1577-1366번호로 직접 전화하거나 현지에 있는 지원센터에 전화할 수 있다. 현지의 지원기관의 연락처를 꼭 외워두어야 한다.

3. Ứng xử khi bị bạo lực gia đình

Mặc dù không mong muốn và đã cố hết sức tránh nhưng bạo lực gia đình vẫn có thể xảy ra bởi những mối quan hệ không lường trước được. Trong trường hợp này, phụ nữ kết hôn di trú cần phải biết hành động để bảo vệ mình và nhờ sự giúp đỡ để ngăn chặn bạo lực:

- Bạn không bao giờ được im lặng chịu đựng bạo lực dù là tế nhị như bạo lực tình dục của chồng đối với bạn. Lúc này bạn rất cần sự giúp đỡ của những người bạn, những tổ chức tư vấn. Bạn kiên quyết từ chối sự chịu đựng bạo lực và thể hiện rõ thái độ phản đối với đối tượng gây bạo lực để buộc họ lùi bước.

- Nếu bạo lực xảy ra nghiêm trọng bạn hãy gọi đến Tổng đài điện thoại Danuri và số điện thoại 1577-1366. Đây là tổng đài mở 24 giờ mỗi ngày, 365 ngày trong năm và sẵn sàng nhận các yêu cầu tư vấn, bảo vệ khẩn cấp cho những phụ nữ bị bạo hành gia đình, bạo hành tình dục hay nạn nhân mãi dâm. Tổng đài có thể hỗ trợ 13 thứ tiếng trong đó có tiếng Việt nên dù chưa thạo tiếng Hàn bạn vẫn có thể gọi đến đó và trình bày vấn đề của bạn bằng tiếng Việt. Sau khi nhận được thông tin, Tổng đài sẽ tiến hành tư vấn khẩn cấp với bạn và sẽ hỗ trợ kết nối với các cơ quan liên quan như Phòng tư vấn bạo hành gia đình, Phòng tư vấn bạo hành tình dục, Cơ sở Bảo vệ những người bị bạo hành gia đình, cảnh sát, luật sư, bệnh viện, đoàn thể phụ nữ, tổ chức phúc lợi, Trung tâm Hỗ trợ dịch vụ trọn gói one-stop trong các bệnh viện toàn quốc v.v... để giải quyết vấn đề.

Bạn có thể gọi trực tiếp điện thoại chính của Tổng đài Danuri 1577-1366 hoặc gọi đến các Trung tâm gần khu vực mình sinh sống. Hãy luôn ghi nhớ số điện thoại các Trung tâm ở các khu vực mình sinh sống.

- 한국에서 가정폭력은 불법이다. 한국에서는 가정폭력으로 인한 결혼이민여성 피해자를 보호하기 위한 여러 가지 정책이 수립되었고 그 중의 중요한 정책은 남편 혹은 시댁 식구들의 폭력행위로 인해 혼인관계가 무너진 경우 아내가 받은 상처에 대한 병원의 진단서, 경찰청의 신고기록, 폭력을 당한 신체에 대한 사진 등의 증명 자료를 보관해 놓았다면, 남편의 지원 여부와 상관없이 스스로 체류기간을 연장하고 한국인으로 귀화할 수 있다. 이는 남편이나 시댁 식구들이 결혼이민여성의 사증연장이나 한국 귀화에 대한 간섭권한을 이용하여 피해자를 협박하거나 결혼이민여성으로 하여금 폭력을 조용히 참게 하는 행위를 막는 데에 도움이 된다. 따라서 폭력을 당한 여성들이 협박과 위협에 있어 절대로 조용히 있어서는 안 된다. 그렇다면 너무 억울하고 고통스러워서 소극적인 행동을 취해 비참한 결과를 당할 수 있을 것이다. 망설이지 말고 다누리 콜센터에 전화해서 상담과 도움을 청하는 것이 좋다.

 - 가정폭력을 방지하기 위해 여권, 외국인증과 같은 문서와 현금 혹은 신용카드를 잘 보관하며 심각한 상황이 발생할 때 대처할 수 있도록 경찰청과 다누리 센터의 전화번호를 꼭 외워두어야 한다. 주위 사람들이 언제나 피해자의 편에 있어 보호해 주기 때문에 용기를 내고 성실한 태도를 취해야 한다.

 - 그러나 가정폭력을 방지하기 위한 가장 효율적인 방법은 남편과 시댁 식구들간의 갈등을 감소시키며 화합을 증진하는 행동임을 마음속에 잘 간직해 둘 필요가 있다.

- Tại Hàn Quốc, bạo lực gia đình là phạm pháp. Hàn Quốc đã có nhiều chính sách để bảo vệ phụ nữ kết hôn di trú bị bạo hành, một trong những chính sách bảo vệ quan trọng là: Trong trường hợp quan hệ hôn nhân tan vỡ do hành vi bạo lực của chồng hay những người trong gia đình chồng mà người vợ còn lưu lại đủ minh chứng về điều đó (giấy chẩn đoán của bệnh viện, ghi chép việc thông báo với cảnh sát, hình ảnh về thân thể bị bạo lực v.v...) thì phụ nữ kết hôn di trú vẫn có thể một mình đăng ký gia hạn thời gian lưu trú hoặc nhập quốc tịch vào Hàn Quốc, không lệ thuộc vào việc có hay không sự giúp đỡ hay đồng ý của chồng. Điều này giúp ngăn chặn việc chồng hoặc người nhà trong gia đình chồng dùng quyền ủng hộ hay không cho phụ nữ kết hôn di trú gia hạn hộ chiếu hoặc nhập quốc tịch để uy hiếp và bắt buộc chị em bị bạo hành phải im lặng chịu đựng. Do đó chị em khi bị bạo hành tuyệt đối không im lặng trước các đe dọa, uy hiếp rồi đó do uất ức hay quá đau khổ mà hành động tiêu cực dẫn đến những kết cục bi thảm. Hãy đừng ngần ngại gọi cho Tổng đài Danuri để được tư vấn và giúp đỡ.

- Để đề phòng, các cô dâu hãy luôn chuẩn bị cất giữ các giấy tờ tùy thân (hộ chiếu, thẻ người nước ngoài); một số tiền hay thẻ tín dụng ngân hàng và nhớ các số điện thoại báo cảnh sát, báo Trung tâm Danuri để chủ động đối phó khi tình huống xấu xảy ra. Các bạn hãy dũng cảm và bình tĩnh vì tất cả đều ủng hộ và bảo vệ các bạn.

- Tuy nhiên các bạn phải nhớ kỹ rằng ứng xử giảm mâu thuẫn tăng hòa hợp với chồng và với gia đình chồng mới là phương pháp hữu hiệu nhất để chống bạo lực gia đình.

부록

알아야 할 전화번호

일상생활에 알아야 할 긴급 전화번호

화재와 사고가 발생하고 자연재해로 인해 위험한 상황에 처할 경우를 24시간 내에 수용하여 해결하는 화재, 긴급 상황, 구조 상황 신고 번호는 119이다.

범죄신고번호는 24시간 운영되는 112이다.

범죄, 성폭력, 가정폭력, 학교폭력 사건을 신고하며 고발하는 정보를 수용하여 처리해 준다.

학교폭력 및 여성폭력 피해자들을 긴급적으로 지원해 주는 기관의 번호는 24시간 운영되는 117이다.

학교폭력, 성폭력, 가정폭력 및 성매매로 인해 피해를 입는 대상에 대한 신고 정보를 수용하여 긴급적으로 지원하며 법적 상담을 해 준다. 원스톱 서비스를 제공해 준다. 그 외에 비영리단체하고 연결해 주는 것을 지원한다.

보건·병원응급 번호는 24시간 운영되는 1339이다.

국민을 위한 응급차량 운영기관의 정보를 제공해 준다.

아동보호 업무를 담당하는 기관의 연락처는 1557-1391이다.

아동학대 사건 신고를 접수하여 상담을 해 준다.

-다누리 콜센터 24시간 운영되는 1557-1366이다.

가정폭력과 성폭력을 당한 여성 및 성매매의 피해자에게 상담 요청사항을 접수하고 긴급적 보호를 한다. 긴급상담을 한 후 당국과 연결시켜 문제를 해결하도록 한다. 다누리 센터에는 다문화 가정의 자녀를 위해 한국어 학습 지원 및 언어 개발 프로그램도 구성되어 있다.

Phụ Lục
CÁC SỐ ĐIỆN THOẠI KHẨN CẦN BIẾT
Số điện thoại khẩn bạn cần biết trong sinh hoạt thường nhật
- Thông báo hỏa hoạn, cấp cứu, cứu trợ số 119 (24 tiếng) Tiếp nhận giải quyết các trường hợp hỏa hoạn, tai nạn hay gặp nguy hiểm do thiên tai.
- Thông báo tội phạm số 112 (24 tiếng)
Tiếp nhận và xử lý các thông tin khai báo, tố cáo tội phạm, các hành vi bạo hành tình dục, bạo hành gia đình, bạo hành học đường.
Trung tâm hỗ trợ khẩn cấp các nạn nhân bị bạo lực học đường hay bạo lực phụ nữ số 117 (24 tiếng)
Tiếp nhận các khai báo về người bị hại do bạo lực học đường, bạo lực tình dục, bạo hành gia đình và mua bán dâm để hỗ trợ khẩn cấp, tư vấn pháp luật. Cung cấp dịch vụ trọn gói one-stop. Ngoài ra còn hỗ trợ kết nối với các tổ chức phi chính phủ.
Thông tin cấp cứu y tế, bệnh viện số 1339 (24 tiếng)
Cung cấp thông tin về cơ quan điều hành xe cấp cứu cho người dân.
Cơ quan chuyên trách bảo vệ trẻ em số: 1557-1391 (24 tiếng)
Tiếp nhận khai báo và tư vấn cho các trường hợp ngược đãi trẻ em.
Tổng đài Danuri số 1557-1366 (24 tiếng)
Tiếp nhận các yêu cầu về tư vấn và bảo vệ khẩn cấp cho phụ nữ bị bạo hành gia đình, bạo hành tình dục, nạn nhân mãi dâm. Sau khi tư vấn khẩn cấp Tổng đài sẽ kết nối với các cơ quan chức năng để giải quyết vấn đề. Tại Trung tâm Danuri còn có những chương trình hỗ trợ học tiếng Hàn, phát triển ngôn ngữ cho con cái trong gia đình đa văn hóa.